CUỐN SÁCH NẤU ĂN THỰC PHẨM TOÀN THỰC VẬT

HƠN 100 CÔNG THỨC NẤU ĂN THẢO MỘC ET THỰC VẬT KHÔNG CÓ MUỐI, DẦU VÀ ĐƯỜNG TINH LUYỆN CHO CUỘC SỐNG CÂN BẰNG, LÀNH MẠNH

My Phương

lưu mọi quyền.

từ chối trách nhiệm

Thông tin trong Sách điện tử này nhằm mục đích phục vụ như một bộ sưu tập toàn diện các chiến lược mà tác giả của Sách điện tử này đã thực hiện nghiên cứu. Tóm tắt, chiến lược, mẹo và thủ thuật chỉ là đề xuất của tác giả và việc đọc Sách điện tử này sẽ không đảm bảo rằng kết quả của một người sẽ phản ánh chính xác kết quả của tác giả. Tác giả của Sách điện tử đã thực hiện mọi nỗ lực hợp lý để cung cấp thông tin hiện tại và chính xác cho người đọc Sách điện tử. Tác giả và các cộng sự của nó sẽ không chịu trách nhiệm pháp lý cho bất kỳ lỗi hoặc thiếu sót không chủ ý nào có thể được tìm thấy. Tài liệu trong Sách điện tử có thể bao gồm thông tin của bên thứ ba. Tài liệu của bên thứ ba bao gồm các ý kiến được thể hiện bởi chủ sở hữu của họ. Do đó, tác giả của Sách điện tử không chịu trách nhiệm hoặc trách nhiệm pháp lý đối với bất kỳ tài liệu hoặc ý kiến của bên thứ ba nào. Cho dù là do sự phát triển của internet hay do những thay đổi không lường trước được trong chính sách của công ty và hướng dẫn gửi biên tập, những gì được coi là sự thật tại thời điểm viết bài này có thể trở nên lỗi thời hoặc không thể áp dụng được sau này.

Sách điện tử có bản quyền © 2022 với mọi quyền được bảo lưu. Việc phân phối lại, sao chép hoặc tạo tác phẩm phái sinh từ toàn bộ hoặc một phần Sách điện tử này là bất hợp pháp. Không có phần nào của báo cáo này có thể được sao chép hoặc truyền lại dưới bất kỳ hình thức nào mà không có sự cho phép rõ ràng và có chữ ký của tác giả.

Mục Lục

Mục Lục 3
Giới Thiệu 7
Hỗn Hợp Thảo Dược 9
   1.   Hỗn hợp không muối 10
   2.   Gia vị Ý 12
   3.   Khu vườn pha trộn 14
   4.   Thảo dược gia cầm 16
   5.   Rau cá 18
   6.   Chà bông gà cay 20
   7.   Hỗn hợp gia vị bánh bí ngô 22
   8.   Bình lắc gia vị ăn sáng 24
   9.   Bột cà ri 26
   10. Pha trộn Fajita 28
   11. Gia Vị Hải Sản 30
   12. Bó hoa gà 32
   13. Bò Bó Hoa 34
   14. Bó cá 36
Nước Ép Thảo Dược Và Sinh Tố 38
   15. Sinh tố dâu mắc ca 39
   16. Sinh tố quả kỷ tử và hạt thông 41
   17. Sinh tố lý chua đen 43
   18. Sinh tố sơ ri chua và cacao thô 45
   19. Sinh tố hạnh nhân hoa hồng 47
   20. Sinh tố hạt dẻ cười và bơ 49
   21. Sinh tố Maca xoài 51
   22. Sinh tố mận và thì là 53
   23. Sinh tố dâu tây 55

24.	NIỀM VUI ĐẦU THU CỦA KẺ LANG THANG	57
25.	NƯỚC ÉP RAU XANH	59
26.	NƯỚC ÉP HẠT TIÊU ĐỎ	61
27.	NƯỚC ÉP GỪNG VÀ THÌ LÀ	63
28.	NƯỚC ÉP THÌ LÀ VÀ BÔNG CẢI XANH	65
29.	NƯỚC KIỀU MẠCH VÀ CHỒI ĐẬU	67
30.	NƯỚC SALSA CÀ CHUA	69
31.	NƯỚC LÁ ATISÔ VÀ THÌ LÀ	71
32.	HƯỚNG DƯƠNG XANH VÀ NƯỚC ÉP CỎ LÚA MÌ	73

TRÀ THẢO DƯỢC 75

33.	TRÀ CHANH DÂY HOA HỒNG	76
34.	TRÀ LÀI SẢ	78
35.	TRÀ KỶ TỬ VÀ DAMIANA	80
36.	TRÀ HOA HỒNG VIỆT QUẤT	82
37.	TRÀ HOA CƠM CHÁY	84
38.	TRÀ HOA CÚC VÀ THÌ LÀ	86
39.	TRÀ BỒ CÔNG ANH VÀ NGƯU BÀNG	88
40.	TRÀ CỎ THI VÀ CÚC KIM CHẤN THẢO	90
41.	TRÀ HOA CAM	92
42.	TRÀ DÂU RỪNG	94
43.	TRUYỀN BẠC HÀ VÀ CALENDULA	96
44.	TRÀ HOA TÁO GAI VÀ OẢI HƯƠNG	98
45.	TRÀ TẦM MA VÀ TRÀ CẮT KHÚC	100
46.	TRÀ MULLEIN VÀ KẸO DẺO	102
47.	TRÀ ĐUÔI NGỰA VÀ RÂU NGÔ	104
48.	TRÀ ĐÁ THẢO MỘC TRÁI CÂY	106
49.	TRÀ THẢO MỘC PHÚC BỒN TỬ	110
50.	TRÀ THẢO QUẢ	112
51.	TRÀ XÁ XỊ	114
52.	TRÀ CHÙM NGÂY	116

| 53. | Trà xô thơm | 118 |

DỨA VÀ SYRUPS ... 120

54.	Blackberry và chanh thân mật	121
55.	Nước hoa cơm cháy và hoa cơm cháy	123
56.	Mật ong gừng gừng	126
57.	Nước cốt chanh và mật ong	128
58.	Siro nụ tầm xuân	131
59.	Xi rô cá hồi và hồi	133
60.	Siro cánh hoa hồng	135
61.	Xi-rô anh đào chua	137
62.	Xi-rô Echinacea và cỏ xạ hương	139

THUỐC THẢO DƯỢC ... 142

63.	Cồn bạc hà và cỏ xạ hương	143
64.	Cồn cơm cháy và cam thảo	145
65.	Cồn hoa sơn trà và táo gai	148
66.	Cồn hoa lạc tiên và hoa cúc	151
67.	Chaste berry và dang gui cồn	154
68.	Rượu kỷ tử và nhân sâm Siberi	157
69.	Cồn .... Cỏ ba lá đỏ 160
70.	Cồn bảo vệ mùa đông Echinacea và cơm cháy	163
71.	Cồn .... Bồ công anh và ngưu bàng 166
72.	Rượu vỏ cây vối và cây nữ lang	169
73.	Cohosh đen và cồn xô thơm	172
74.	Cồn lá bạch dương và rễ cây tầm ma	175

THỰC PHẨM THẢO DƯỢC ... 178

| 75. | Gà xé thuốc bắc | 179 |
| 76. | Kem gà rau thơm S | 182 |

77.	Gà tây tráng men	184
78.	Cơm gà sốt thảo	187
79.	Gà sốt kem thảo mộc	189
80.	Gà làm bánh quy	192
81.	Canh gà thuốc bắc	195
82.	Gà tiềm thuốc bắc	198
83.	Ravioli	thảo mộc 200
84.	Linguine thập cẩm	203
85.	Farfalle sốt thảo mộc	206
86.	Mì trứng tỏi	208
87.	Cappellini rau chân vịt	210
88.	Gạo thảo dược Malaysia	213
89.	Tóc thiên thần cá hồi xông khói	216
90.	Cá thu kho thuốc bắc	219
91.	Cá hồi kho lạnh	222
92.	Phi lê thì là	224
93.	Cá nướng giòn rau thơm	226
94.	Mì tôm	228
95.	Hến cháy tỏi	230
96.	Cá Caribbean với rượu vang	233
97.	Cá tu hài xào tỏi 234	236

GIỚI THIỆU

Không có quy tắc chung về việc sử dụng bao nhiêu loại thảo mộc. Hầu hết các công thức nấu ăn chỉ định một lượng trong danh sách các thành phần. Nếu bạn không có công thức để làm theo, hãy bắt đầu với ¼ thìa cà phê và thêm nhiều hơn nếu cần để đạt được hương vị lý tưởng của bạn. Bạn không muốn các loại thảo mộc áp đảo các hương vị khác trong món ăn.

Các loại thảo mộc khô mạnh hơn các loại thảo mộc tươi, vì vậy bạn sẽ cần sử dụng nhiều loại thảo mộc tươi hơn. Nếu công thức yêu cầu 1 thìa cà phê thảo mộc khô, nghiền hoặc ¼ thìa cà phê bột thảo mộc, hãy sử dụng 3 thìa cà phê (1 thìa canh) tươi. Các hỗn hợp thảo mộc khô sau đây rất tuyệt để thử với bất kỳ món ăn nào. Hãy nhớ điều chỉnh số lượng khi sử dụng các loại thảo mộc tươi.

Các loại thảo mộc phổ biến

A. **Húng quế**— Các sản phẩm cà chua (nước trái cây, nước sốt mì ống, nước sốt bánh pizza), trứng, thịt thú rừng, thịt cừu, thịt bê, gạo, mì Ý, dầu giấm, súp (minestrone, đậu Hà Lan, khoai tây và rau), đậu, cà tím

B. **Húng tây**— Trứng, thịt săn, thịt cừu, thịt bê, cơm, thịt gia cầm, sốt thịt nướng, cá, hàu, súp, súp (hành tây, cà chua và rau), nấm, cà chua

C. **Hương thảo** - Bánh bao, trứng, thịt săn, thịt cừu, thịt bê, thịt gia cầm, cá, sốt thịt nướng, thịt gà, thịt bò, súp (đậu và rau), đậu, nấm, khoai tây, súp lơ, củ cải

D. **Oregano**— Món cà chua, thịt bò, thịt săn, thịt bê, mì spaghetti, nghêu, súp (đậu, minestrone và cà chua), đậu, cà tím và nấm

E. **Thì là**— Các món cà chua, bánh mì men, trứng, xà lách trộn, salad khoai tây, cá, đậu, mầm Brussels, súp lơ, dưa chuột, bí mùa hè

F. **Rau mùi tây** — Salad, rau, mì ống

G. **Cây xô thơm**— Phô mai, thịt thú săn, thịt lợn, gạo, thịt gia cầm, súp (gà, minestrone và rau), món nhồi

H. **Cilantro**— món ăn Mexico và châu Á, cơm, salsa, cà chua

I. **Bạc hà**— Món tráng miệng, thịt cừu, đậu Hà Lan, salad trái cây, nước sốt

HỖN HỢP THẢO DƯỢC

1. Hỗn hợp không muối

làm khoảng ⅓ cốc

Thành phần

- 1 muỗng canh bột mù tạt
- 2 muỗng cà phê mùi tây
- 2 muỗng cà phê bột hành
- 2 muỗng cà phê húng tây
- 1 muỗng canh bột tỏi
- 2 muỗng cà phê cỏ thì là
- 2 muỗng cà phê mặn
- 2 thìa cà phê ớt bột
- 2 thìa cà phê vỏ chanh

Hướng

a) Kết hợp và bảo quản trong hộp kín.
b) Khi sẵn sàng sử dụng, trộn một lượng nhỏ với nước để tạo thành hỗn hợp sệt.

2. Gia vị của Ý

làm khoảng 1½ cốc

Thành phần

- ½ chén oregano khô
- ½ chén húng quế khô
- ½ chén hương thảo khô
- ¼ chén mùi tây khô
- ½ chén cỏ xạ hương khô
- 1 muỗng canh hạt thì là, nghiền nát
- ¼ chén kinh giới khô
- 2 muỗng canh cây xô thơm khô
- ¼ chén oregano khô
- 1 muỗng canh hạt tiêu đỏ nóng
- ¼ chén mặn khô

Hướng

a) Kết hợp và bảo quản trong hộp kín.

b) Khi sẵn sàng sử dụng, trộn một lượng nhỏ với nước để tạo thành hỗn hợp sệt.

3. vườn pha trộn

làm khoảng 1¼ cốc

Thành phần

- 2 muỗng canh lá oải hương khô
- 2 muỗng canh hạt hoặc thân cây thì là khô
- 3 muỗng canh mùi tây khô
- 3 muỗng canh húng quế khô
- 3 muỗng canh cỏ xạ hương khô
- 3 muỗng canh kinh giới khô
- 3 muỗng canh hương thảo khô
- 3 muỗng canh hẹ khô
- 3 muỗng canh ớt bột
- ½ muỗng cà phê bột tỏi

Hướng

a) Kết hợp và bảo quản trong hộp kín.

b) Khi sẵn sàng sử dụng, trộn một lượng nhỏ với nước để tạo thành hỗn hợp sệt.

4. thảo mộc gia cầm

làm khoảng ⅓ cốc

Thành phần

- 2 muỗng canh tarragon khô
- 1 muỗng canh kinh giới khô
- 1 muỗng canh húng quế khô
- 1 muỗng canh hương thảo khô
- 1 muỗng cà phê ớt bột
- 1 muỗng cà phê tình yêu khô

Hướng

a) Kết hợp và bảo quản trong hộp kín.

b) Khi sẵn sàng sử dụng, trộn một lượng nhỏ với nước để tạo thành hỗn hợp sệt.

5. thảo mộc cá

làm khoảng ½ cốc

Thành phần

- 3 muỗng canh thì là khô
- 2 muỗng canh húng quế khô
- 1 muỗng canh tarragon khô
- 1 muỗng canh cỏ xạ hương chanh khô
- 1 muỗng canh mùi tây khô
- 1 muỗng canh chervil khô
- 1 muỗng canh hẹ khô

Hướng

a) Kết hợp và bảo quản trong hộp kín.

b) Khi sẵn sàng sử dụng, trộn một lượng nhỏ với nước để tạo thành hỗn hợp sệt.

6. chà bông gà cay

Thành phần

- 2 thìa cà phê ớt bột
- 1 muỗng cà phê oregano xay
- 1 muỗng cà phê lá ngò, khô và vụn
- 1/2 đến 1 muỗng cà phê ớt cayenne
- 1 muỗng cà phê bột tỏi
- 1/2 muỗng cà phê tiêu đen mới xay
- 1/2 muỗng cà phê gừng xay
- 1/2 muỗng cà phê thì là xay

Hướng

c) Kết hợp và bảo quản trong hộp kín.
d) Khi sẵn sàng sử dụng, trộn một lượng nhỏ với nước để tạo thành hỗn hợp sệt.

7. Hỗn hợp gia vị bánh bí ngô

Thành phần

- 1/3 chén quế
- 1 muỗng canh gừng xay
- 1 muỗng canh nhục đậu khấu hoặc chùy
- 1 1/2 thìa cà phê đinh hương xay
- 1 1/2 thìa cà phê hạt tiêu

Hướng

a) Kết hợp và bảo quản trong hộp kín.

b) Thêm 1 đến 1 1/2 thìa cà phê hỗn hợp này vào nhân bánh bí ngô.

8. Bình lắc gia vị ăn sáng

Thành phần

- 1 chén đường
- 3 muỗng canh quế
- 1 muỗng cà phê hạt nhục đậu khấu hoặc chùy
- 1 muỗng cà phê bạch đậu khấu

Hướng

a) Kết hợp và bảo quản trong hộp kín.

b) Rắc lên bánh kếp, bánh mì nướng hoặc bột yến mạch.

9. Bột cà ri

Thành phần

- 4 muỗng canh rau mùi
- 3 muỗng canh bột nghệ
- 2 muỗng canh thì là
- 1 muỗng canh hạt tiêu đen mới xay
- 1 muỗng canh gừng xay
- 1 muỗng cà phê hạt thì là
- 1 muỗng cà phê ớt bột
- 1/2 muỗng cà phê ớt cayenne

Hướng

a) Kết hợp và bảo quản trong hộp kín.
b) Thêm vào món salad gà hoặc trứng hoặc cơm, hoặc dùng để làm món cà ri thịt hoặc rau.

10.   Pha trộn Fajita

Thành phần

- 4 thìa ớt bột
- 2 muỗng canh thì là
- 2 muỗng cà phê oregano xay
- 2 muỗng cà phê muối tỏi

Hướng

a) Kết hợp và bảo quản trong hộp kín.
b) Rắc fajita lên thịt hoặc khuấy vào bánh mì thịt hoặc bánh mì kẹp thịt để có vị cay.

11.   gia vị hải sản

Thành phần

- 2 muỗng canh hạt tiêu
- 2 muỗng canh muối cần tây
- 2 muỗng canh mù tạt
- 1 muỗng canh gừng xay
- 1 muỗng canh ớt bột
- 3/4 muỗng cà phê ớt cayenne

Hướng

a) Kết hợp và bảo quản trong hộp kín.

b) Thêm vào món salad và súp hải sản, hoặc rắc lên cá phi lê.

12.   bó hoa gà

Thành phần

- 1 lá nguyệt quế
- 1 muỗng canh ngải giấm
- 1 muỗng canh mùi tây
- 1 muỗng cà phê hương thảo
- 1 muỗng cà phê húng tây

Hướng

a) Kết hợp và bảo quản trong hộp kín.

13. Bó bò

Thành phần

- 1 muỗng cà phê hạt tiêu đen
- 2 cây đinh hương
- 1 lá nguyệt quế gãy
- 2 muỗng cà phê húng tây
- 2 thìa cà phê kinh giới
- 2 muỗng cà phê mặn
- 1 muỗng canh mùi tây
- 1/2 muỗng cà phê lá tình yêu nghiền nát

Hướng

a) Kết hợp và bảo quản trong hộp kín.

14.   bó hoa cá

Thành phần

- 1 lá nguyệt quế
- 2 hạt tiêu đen
- 1 muỗng cà phê húng tây
- 1 muỗng cà phê cỏ thì là
- 1 muỗng cà phê lá tình yêu nghiền nát
- 1 muỗng canh mùi tây

Hướng

a) Kết hợp và bảo quản trong hộp kín.

NƯỚC ÉP THẢO DƯỢC VÀ SƠ MI

15. Sinh tố dâu và mắc ca

Làm cho 4 phần ăn

Thành phần

- 1/2 quả vani
- 50g (13/4oz) hạt mắc ca thô
- cùi của 1 quả dừa non cỡ vừa
- 250g (9oz) dâu tây tươi
- một ít nước cốt dừa (không bắt buộc)

Hướng

a) Dùng dao sắc rạch quả vani, sau đó cạo sạch hạt.

b) Cho các loại hạt và cùi dừa vào máy xay sinh tố hoặc máy chế biến thực phẩm.

c) Thêm dâu tây và hạt vani. Xay tất cả các thành phần để tạo ra một kết cấu mịn, mượt. Nếu sinh tố có vẻ rất đặc, hãy thêm đủ nước cốt dừa để tạo kết cấu tốt hơn. Đổ vào 4 ly và phục vụ.

16. **Sinh tố kỷ tử và hạt thông**

Làm 2 phần ăn

Thành phần

- 50g (1 3/4 oz) hạnh nhân
- 50g (1 3/4 oz) quả kỷ tử
- 20g (3/4 oz) hạt thông
- 1 muỗng cà phê dầu hạt lanh
- 2-3 lá bạc hà tươi 350-400ml (12-14fl oz.) nước khoáng

Hướng

a) Cho tất cả nguyên liệu vào máy xay sinh tố hoặc máy xay thực phẩm và trộn với nước khoáng để tạo thành hỗn hợp mịn mượt.

b) Nếu độ đặc quá dày, thêm một chút nước và trộn.

17. Sinh tố bổ sung blackcurrant

Làm 2 phần ăn

Thành phần

- 50g (1 3/4oz) lý chua đen tươi (hoặc sử dụng khô và ngâm trước)
- 50g (1 3/4oz) lúa mạch rang
- 4 muỗng cà phê xi-rô cây thùa
- 4 muỗng cà phê dầu dừa
- 250ml (9fl oz.) sữa gạo
- Một ít nước khoáng

Hướng

a) Cho tất cả các nguyên liệu trừ nước khoáng vào máy xay sinh tố hoặc máy xay thực phẩm và xay cho đến khi mịn.

b) Thêm đủ nước khoáng để đảm bảo sinh tố có độ đặc dễ rót.

18. Sinh tố anh đào chua và cacao thô

Làm 2 phần ăn

Thành phần

- 50g (1 3/4oz) anh đào chua, bỏ đá nếu tươi hoặc khô

- 300ml (10fl oz.) gạo hoặc sữa hạnh nhân 4 thìa cà phê bột ca cao thô hoặc thông thường 4 thìa cà phê hạt gai dầu, đã bóc vỏ 4 thìa cà phê dầu hạt lanh

Hướng

a) Nếu sử dụng quả anh đào chua khô, hãy ngâm chúng trong vài giờ trong 150ml (5fl oz.) nước khoáng.

b) Kết hợp một nửa gạo hoặc sữa hạnh nhân với phần còn lại của các thành phần trong máy xay sinh tố hoặc máy xay thực phẩm và trộn thành một hỗn hợp mịn, mượt và có thể đổ được. Thêm phần sữa còn lại theo từng giai đoạn cho đến khi kết cấu của sinh tố theo ý thích của bạn.

19. Sinh tố hạnh nhân và hoa hồng

Làm 2 phần ăn

Thành phần

- 50g (1 3/4 oz) hạnh nhân
- 300-400ml (10-14fl oz.) nước khoáng 2 1/2 muỗng canh xi-rô hoa hồng
- 4 muỗng cà phê dầu hạnh nhân
- 1 giọt tinh dầu hoa hồng (tùy chọn)
- 8 cánh hoa hồng damask (không bắt buộc)

Hướng

a) Kết hợp một nửa nước khoáng với phần còn lại của các thành phần trong máy xay sinh tố hoặc máy xay thực phẩm và trộn thành một hỗn hợp mịn, mượt và có thể đổ được.

b) Thêm phần nước còn lại theo từng giai đoạn cho đến khi kết cấu của sinh tố theo ý thích của bạn.

20. Sinh tố quả hồ trăn và bơ

Làm 2 phần ăn

Thành phần

- 50g (1 3/4oz) quả hồ trăn (cộng thêm một ít để trang trí)
- 1 quả bơ nhỏ, ném đá, bóc vỏ và cắt làm tư
- 1 muỗng cà phê dầu hạt cây gai dầu
- 2 muỗng cà phê dầu hạt lanh
- nước cốt của 1/2 quả chanh
- nước ép tươi của 6 nhánh cần tây
- hạt tiêu đen mới xay để nếm một nhúm muối
- 3-4 lá húng quế tươi
- một ít nước khoáng

Hướng

a) Cho tất cả các thành phần trừ nước khoáng vào máy xay sinh tố hoặc máy xay thực phẩm và xay cho đến khi mịn. Thêm đủ nước khoáng để đảm bảo sinh tố có độ đặc dễ rót.

b) Phục vụ trong ly, rắc hạt dẻ cười thái nhỏ lên trên mỗi ly.

21. Maca và sinh tố xoài

Làm 2 phần ăn

Thành phần

- 2 quả xoài chín lớn
- 2 muỗng cà phê bột rễ maca
- 2 muỗng cà phê hạt gai dầu, đã bóc vỏ
- 2 muỗng cà phê dầu dừa
- nước cốt của 1 quả chanh
- 4 lá bạc hà tươi
- một ít nước khoáng (không bắt buộc)

Hướng

a) Cho tất cả nguyên liệu vào máy xay sinh tố hoặc máy xay thực phẩm và trộn thành hỗn hợp mịn, mượt.

b) Pha loãng với nước khoáng như mong muốn, nếu cần.

22. Sinh tố mận và thì là

Làm 2 phần ăn

Thành phần

- 9-10 quả mận lớn màu xanh đậm
- 1/2 muỗng cà phê hạt thì là
- 2 muỗng canh hạt lanh, ngâm
- 2 muỗng canh hạt gai dầu đã bóc vỏ, ngâm

Hướng

a) Hầm mận trước: cho vào nồi với 250ml (9fl oz.) nước khoáng, thêm hạt thì là và đun sôi. Đậy nắp và đun ở lửa nhỏ trong 10-12 phút. Để nguội.

b) Chuyển sang máy xay sinh tố hoặc máy xay thực phẩm, thêm các hạt còn lại (hoặc dầu, nếu sử dụng) và trộn thành một hỗn hợp mịn.

23. sinh tố quả mọng

Làm 2 phần ăn

Thành phần

- 2 muỗng canh quả mâm xôi tươi
- 2 muỗng canh quả mâm xôi tươi
- 2 muỗng canh quả việt quất tươi
- 2 muỗng canh nho đen tươi
- 2 muỗng cà phê bột acai berry
- 800ml nước sả, lạnh
- một ít nước khoáng (không bắt buộc)
- một chút xi-rô phong hoặc một nhúm bột stevia (tùy chọn)

Hướng

a) Cho quả mọng tươi và bột quả acai vào máy xay sinh tố hoặc máy chế biến thực phẩm, thêm nước sả và trộn thành một hỗn hợp mịn mượt.

b) Nếu cần thiết, thêm một ít nước khoáng để đạt được độ đặc mong muốn.

24. Niềm vui của người dạo chơi đầu mùa thu

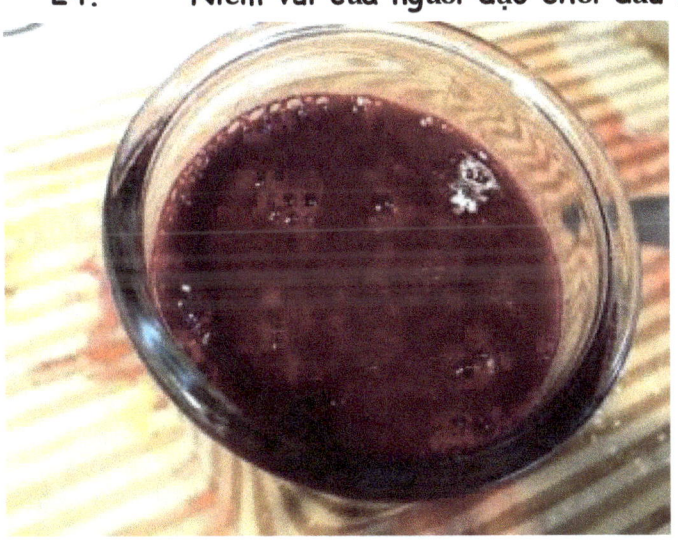

Làm 2 phần ăn

Thành phần

- 31/2 quả táo, gọt vỏ, bỏ lõi và cắt nhỏ
- 1/3 quả lê gọt vỏ, bỏ lõi và thái nhỏ
- 12 quả cơm cháy chín, rửa sạch, bỏ hết cuống
- 20 quả mâm xôi chín, rửa sạch

Hướng

a) Cho tất cả nguyên liệu vào máy xay sinh tố hoặc máy xay thực phẩm và xay cho đến khi mịn.

b) Chia thành hai ly và đổ xi-rô cơm cháy và cơm cháy lên trên để tăng hàm lượng kháng vi-rút của sinh tố.

25.   Nước ép rau xanh

Làm 2 phần ăn

Thành phần

- 2 nắm lá cải xoăn
- 2 lá củ cải Thụy Sĩ
- 1 nắm lớn lá rau bina
- 1/2 quả dưa chuột
- 1 bí xanh nhỏ
- 3 cọng cần tây
- 2 lá bồ công anh (lớn)
- 2 nhánh kinh giới tươi
- một chút nước cốt chanh (tùy chọn)

Hướng

a) Rửa và ép tất cả các loại rau và thảo mộc, trộn kỹ. Thêm nước chanh để nếm nếu bạn muốn hoặc,

b) hương vị chanh mạnh hơn, hãy thêm 1/8 quả chanh (tốt hơn là loại hữu cơ) và trộn đều cho đến khi hòa quyện.

26. Nước ép ớt đỏ và hạt nảy mầm

Làm 2 phần ăn

Thành phần

- 1 quả ớt đỏ, bỏ hạt và cắt làm tư
- 20g (3/4oz) hạt cỏ linh lăng đã nảy mầm
- 20g (3/4oz) hạt giống cỏ ba lá đỏ đã nảy mầm
- 10g (1/4oz) hạt bông cải xanh đã nảy mầm
- 1/2 quả dưa chuột
- 2-3 lá bạc hà tươi
- 1/2 quả ớt đỏ tươi nhỏ, bỏ hạt

Hướng

a) Nước ép tất cả các thành phần và trộn kỹ.

27. Nước ép gừng và thì là

Làm 2 phần ăn

Thành phần

- 1 củ thì là lớn

- Củ gừng tươi hình khối 1cm (1/2in), gọt vỏ

- 2 cọng cần tây

- 1/2 quả dưa chuột nhỏ

- 1/2 bí xanh nhỏ

- 1 nhánh húng quế tươi

Hướng

a) Tất cả các nguyên liệu ép lấy nước, trộn đều và uống ngay.

28. Nước ép thì là và bông cải xanh

Làm 2 phần ăn

Thành phần

- 1 củ thì là lớn
- 45g (1 1/2oz) hạt bông cải xanh đã nảy mầm
- 45g (1 1/2oz) hạt cỏ linh lăng đã nảy mầm
- 1 củ cà rốt lớn
- 2 cọng cần tây
- 2-3 lá bạc hà tươi một chút nước cốt chanh

Hướng

a) Ép tất cả các nguyên liệu, thêm nước cốt chanh cho vừa miệng và trộn đều.

29. Kiều mạch xanh và nước ép hạt đậu

Làm 2 phần ăn

Thành phần

- 2 muỗng canh kiều mạch non, thái nhỏ
- 4 muỗng canh măng tươi
- 2 bí xanh
- 1 quả dưa chuột
- 2 muỗng canh lá kinh giới tươi
- một chút nước cốt chanh
- 200ml (7fl oz.) nước khoáng

Hướng

a) Ép tất cả nguyên liệu, thêm nước khoáng và nước cốt chanh cho vừa ăn rồi trộn đều.

30. Nước sốt salsa cà chua

Làm 2 phần ăn

Thành phần

- 5 quả cà chua chín
- 1/2 quả dưa chuột
- 1 tép tỏi nhỏ
- 1/2 quả ớt đỏ tươi, bỏ hạt
- 1 cọng lá húng quế tươi
- 2 cọng cần tây
- 1 muỗng cà phê dầu ô liu nguyên chất
- muối để hương vị
- 1 quả ớt đỏ, bỏ hạt

Hướng

a) Ép tất cả các loại rau và thảo mộc, thêm dầu ô liu, nêm nếm với một chút muối nếu muốn và trộn đều.

b) Nếu bạn thích nước ép của mình có màu đỏ hơn, hãy thêm 1 quả ớt đỏ đã bỏ hạt vào rau và thảo mộc khi bạn ép chúng.

31. Nước ép lá atisô và thì là

Làm 2 phần ăn

Thành phần

- 1 muỗng cà phê lá atisô, thái nhỏ
- 1 củ thì là vừa
- 4 lá bồ công anh tươi
- 4 cọng cần tây
- 1/2 bí xanh

Hướng

a) Ép tất cả các nguyên liệu, trộn đều và uống.

b) Nếu bạn thấy nước trái cây quá đắng, hãy pha loãng nó với một ít nước khoáng cho đến khi có vị vừa miệng.

32. Hướng dương xanh và nước ép cỏ lúa mì

Làm 2 phần ăn

Thành phần

- 100g (3 1/2 oz) hướng dương xanh
- Lưỡi cỏ lúa mì 100g (3 1/2 oz)
- 300ml (10fl oz.) nước khoáng trở lên

Hướng

a) Ép nước hoa hướng dương và cỏ lúa mì, trộn đều và thêm đủ nước khoáng để pha loãng hương vị của nước ép và tạo hương vị dễ chịu.

TRÀ THẢO MỘC

33. Trà chanh và hoa hồng

Làm 2-3 phần ăn

Thành phần

- 16 lá húng chanh tươi (cũng có thể dùng ngọn hoa mềm), hoặc 1 muỗng canh húng chanh khô
- 2 bông hoa hồng đã tách cánh hoa hoặc 2 muỗng canh cánh hoa hồng khô

Hướng

a) Cho lá tía tô đất tươi và cánh hoa hồng vào ấm trà lớn. Nếu sử dụng dầu chanh khô và cánh hoa hồng, thay vào đó hãy cho chúng vào ấm trà.

b) Đun sôi 500ml (16fl oz.) nước, để nguội trong 5 phút rồi rót vào ấm trà. Cho phép ngâm trong 5 phút và sau đó phục vụ. Có thể thêm nhiều nước hơn sau đó nếu cần để lá và cánh hoa hồng ngấm lại.

34. Trà hoa nhài và sả

Làm 2 phần ăn

Thành phần

- 1 nhánh sả, xắt nhỏ
- 1 muỗng canh hoa lài
- một chút nước cốt chanh

Hướng

a) Đặt sả băm nhỏ vào ấm trà và thêm hoa nhài.

b) Pha loãng 200ml (7fl oz.) nước đun sôi với 100ml (3/2fl oz.) nước lạnh sao cho nhiệt độ của nước nóng xấp xỉ 70°C (158°F).

c) Đổ nước vào ấm trà, để hương thơm phát triển và phục vụ. Trong thời tiết nóng, trà này có thể được phục vụ ướp lạnh.

35.   Goji berry và trà damiana

Làm 2 phần ăn

Thành phần

- 1 muỗng canh quả goji, tươi hoặc khô
- 1 muỗng cà phê damiana (Turnera khuếch tán)
- 1/2 muỗng cà phê bột rễ cam thảo

Hướng

a) Cho tất cả nguyên liệu vào ấm trà, đổ 300ml (10fl oz.) nước sôi vào, để yên trong 10-15 phút rồi dùng. Dị ch truyền cũng có thể được để nguội và dùng như đồ uống lạnh.

36. Trà tầm xuân và việt quất

Làm 2 phần ăn

Thành phần

- 1 muỗng canh vỏ tầm xuân, tươi hoặc khô
- 1 muỗng canh quả việt quất, tươi hoặc khô
- 1 muỗng cà phê vỏ cam
- 1 muỗng cà phê quả goji, tươi hoặc khô

Hướng

a) Cho tất cả nguyên liệu vào ấm trà và đổ 300ml (10fl oz.) nước sôi vào.

b) Để ngấm trong 10-15 phút, lọc lấy nước và dùng.

37. Trà hoa cúc và hoa cơm cháy

Làm 2 phần ăn

Thành phần

- 1/2 muỗng canh hoa cúc
- 1/2 muỗng canh hoa cơm cháy
- 1/2 muỗng canh bạc hà
- 1/2 muỗng canh lá tầm ma

Hướng

a) Cho tất cả nguyên liệu vào ấm trà, đổ 300ml (10fl oz.) nước sôi, để ngấm và dùng.

b) Uống 3-4 cốc mỗi ngày trong mùa sốt cỏ khô.

38. Trà hoa cúc và thì là

Làm 3 phần ăn

Thành phần

- 1 muỗng cà phê hoa cúc
- 1 muỗng cà phê hạt thì là
- 1 muỗng cà phê cỏ ngọt
- 1 muỗng cà phê rễ marshmallow, thái nhỏ
- 1 muỗng cà phê cỏ thi

Hướng

a) Đặt các loại thảo mộc trong một ấm trà lớn.

b) Đun 500ml (16fl oz.) nước sôi và cho vào ấm trà. Cho phép ngấm trong 5 phút và phục vụ.

c) Uống 1 cốc dị ch truyền 2-3 lần một ngày.

39. Bồ công anh và trà ngưu bàng

Làm 3-4 phần ăn

Thành phần

- 1 muỗng cà phê lá bồ công anh
- 1 muỗng cà phê lá ngưu bàng
- 1 muỗng cà phê thảo mộc
- 1 muỗng cà phê hoa cỏ ba lá đỏ

Hướng

a) Cho tất cả các nguyên liệu vào ấm trà, đổ 500ml (16fl oz.) nước sôi, để ngấm trong 10-15 phút và dùng. Uống nóng hoặc lạnh trong ngày.

40. Yarrow và trà calendula

Làm 3-4 phần ăn

Thành phần

- 1 muỗng cà phê cỏ thi
- 1 muỗng cà phê hoa cúc vạn thọ
- 1 muỗng cà phê áo choàng của phụ nữ
- 1 muỗng cà phê cỏ roi ngựa
- 1 muỗng cà phê lá mâm xôi

Hướng

a) Cho tất cả các nguyên liệu vào ấm trà, đổ 500ml (16fl oz.) nước sôi, để ngấm trong 10-15 phút và dùng. Uống nóng hoặc lạnh trong ngày.

b) Uống 2-4 cốc khi cơn đau bắt đầu và đánh giá lại với chuyên gia y tế của bạn nếu cơn đau vẫn tiếp diễn.

41. Trà xương rồng và hoa cam

Làm 3-4 phần ăn

Thành phần

- 1 muỗng cà phê sọ
- 1 muỗng cà phê hoa cam
- 1 muỗng cà phê St. John's wort
- 1 muỗng cà phê bê tông gỗ
- 1 thìa cà phê chanh

Hướng

a) Cho tất cả các nguyên liệu vào ấm trà, đổ 500ml (16fl oz.) nước sôi, để ngấm trong 10-15 phút và dùng.

b) Uống nóng hoặc lạnh trong ngày.

42. Trà mâm xôi dâu rừng

Làm 3-4 phần ăn

Thành phần

- 2 muỗng cà phê lá dâu đen
- 1 muỗng cà phê lá dâu rừng
- 1 muỗng cà phê lá mâm xôi
- 1 muỗng cà phê lá nho đen

Hướng

a) Cho tất cả các nguyên liệu vào ấm trà, đổ 500ml (16fl oz.) nước sôi, để ngấm trong 10-15 phút và dùng.

b) Uống nóng hoặc lạnh trong ngày.

43. Truyền bạc hà và calendula

Làm cho 4 phần ăn

Thành phần

- 1 muỗng cà phê lá bạc hà
- 1 muỗng cà phê hoa cúc
- 1 thìa cà phê ngải cứu
- 1 muỗng cà phê cỏ roi ngựa
- xi-rô cánh hoa hồng để làm ngọt

Hướng

a) Cho tất cả các loại thảo mộc vào một ấm trà lớn.

b) Đun 600ml (1 lít) nước sôi và đổ các loại thảo mộc. Để ngấm trong 20 phút, sau đó lọc chất lỏng qua lưới lọc trà vào bình sạch. Uống 1 cốc dịch truyền 2-3 lần một ngày, nóng hoặc ở nhiệt độ phòng.

44. Trà hoa táo gai và hoa oải hương

Làm 3-4 phần ăn

Thành phần

- 1 muỗng cà phê hoa táo gai
- 1 muỗng cà phê hoa oải hương
- 1 muỗng cà phê hoa hồng
- 1 muỗng cà phê hoa cam
- 1 muỗng cà phê hoa nhài

Hướng

a) Cho tất cả các nguyên liệu vào ấm trà, đổ 500ml (16fl oz.) nước sôi, để ngấm trong 10-15 phút và dùng.

b) Uống nóng hoặc lạnh trong ngày.

45. Trà tầm ma và trà

Làm 2 phần ăn

Thành phần

- 2 muỗng cà phê lá tầm ma
- 2 thìa cà phê dao phay

Hướng

a) Cho các nguyên liệu vào ấm trà, rót 300ml (10fl oz.) nước sôi, để ngấm trong 10-15 phút và dùng.

b) Uống nóng hoặc lạnh trong ngày.

46. Trà Mullein và kẹo dẻo

Làm 2 phần ăn

Thành phần

- 1 muỗng cà phê lá mullein
- 1 muỗng cà phê lá marshmallow
- 1 muỗng cà phê chuối

Hướng

a) Cho tất cả nguyên liệu vào ấm trà, đổ 300ml (10fl oz.) nước sôi, để ngấm trong 10-15 phút và dùng.

b) Uống nóng hoặc lạnh trong ngày.

47. Trà đuôi ngựa và râu ngô

Làm 5-6 phần ăn

Thành phần

- 2 muỗng cà phê cỏ đuôi ngựa
- 2 muỗng cà phê râu ngô
- 2 muỗng cà phê lá bồ công anh
- 2 thìa cà phê dao phay
- 2 muỗng cà phê lá chuối

Hướng

a) Cho tất cả nguyên liệu vào ấm trà, đổ vào 600ml (1 lít) nước sôi, để ngấm trong 10-15 phút và dùng.

b) Uống nóng hoặc lạnh trong ngày.

48. Trà đá thảo dược trái cây

Năng suất: 1 phần ăn

Nguyên liệu

- 1 túi Trà chanh leo Tazo
- 1 lít nước
- 2 cốc nước cam tươi
- bánh xe màu cam
- Lá bạc hà

Hướng:

a) Cho túi trà vào 1 lít nước sôi và ngâm trong 5 phút.

b) Loại bỏ túi trà. Rót trà vào bình 1 gallon chứa đầy đá. Sau khi đá tan, đổ đầy nước vào khoảng trống còn lại trong bình.

c) Đổ đầy bình lắc cocktail với một nửa trà đã pha và một nửa nước cam. Lắc đều và lọc vào cốc thủy tinh chứa đầy đá. Trang trí với bánh cam và lá bạc hà.

Năng suất: 1 phần ăn

Nguyên liệu

- Túi hoa chanh khô
- Nước sôi

Hướng:

a) Đơn giản chỉ cần đặt những bông hoa khô, một nắm nhỏ vào ấm trà trung bình, trong ấm. Đổ nước sôi vào và khuấy đều. Giao banh.

b) Không để ngâm lâu hơn bốn phút vì hương vị sẽ bị mất.

49. Trà thảo dược mâm xôi

Năng suất: 8 phần ăn

Nguyên liệu

- 2 túi trà mâm xôi cỡ gia đình
- 2 trà túi lọc Blackberry
- 2 túi trà nho đen
- 1 chai rượu táo lấp lánh
- ½ cốc nước ép cô đặc
- ½ chén nước cam
- ½ chén đường

Hướng:

a) Đặt tất cả các thành phần trong một bình lớn. Sự ớn lạnh. Chúng tôi phục vụ của chúng tôi với đá viên trái cây.

b) Dự trữ đủ nước trái cây để đổ đầy khay đá và chúng tôi đặt những lát dâu tây và quả việt quất vào mỗi khối.

50. trà bạch đậu khấu

Năng suất: 1 phần ăn

Nguyên liệu

- 15 Hạt bạch đậu khấu nước
- ½ cốc sữa
- 2 giọt vani (đến 3 giọt)
- Mật ong

Hướng:

a) Đối với chứng khó tiêu, trộn 15 hạt nghiền thành bột trong ½ cốc nước nóng. Thêm 1 ounce củ gừng tươi và một thanh quế.

b) Đun nhỏ lửa trong 15 phút ở nhiệt độ thấp. Thêm ½ cốc sữa và đun nhỏ lửa trong 10 phút nữa. Thêm 2 đến 3 giọt vani. Làm ngọt bằng mật ong. Uống từ 1 đến 2 cốc mỗi ngày.

51. trà xá xị

PHỤC VỤ: 10

Thành phần

- 4 rễ xá xị
- 2 lít nước
- Đường hoặc Mật ong

Hướng:

a) Rửa sạch rễ và cắt bỏ phần còn xanh của cây con và phần cuối của rễ.

b) Đun sôi nước và thêm rễ.

c) Đun nhỏ lửa cho đến khi nước có màu đỏ nâu đậm (càng sẫm màu càng mạnh - tôi thích màu của tôi mạnh).

d) Lọc vào bình qua dây và bộ lọc cà phê nếu bạn không muốn có cặn.

e) Thêm mật ong hoặc đường để hương vị.

f) Phục vụ nóng hoặc lạnh với chanh và một nhánh bạc hà.

52. trà chùm ngây

Khẩu phần: 2

thành phần s

- 800 ml nước
- 5-6 Lá bạc hà - xé nhỏ
- 1 muỗng cà phê hạt thì là
- 2 muỗng cà phê bột Moringa
- 1 muỗng canh nước cốt chanh/chanh
- 1 muỗng cà phê mật ong hữu cơ làm chất ngọt

Hướng:

a) Đun sôi 4 cốc nước.

b) Thêm 5-6 lá bạc hà và 1 muỗng cà phê hạt thì là / jeera.

c) Đun sôi cho đến khi lượng nước giảm đi một nửa.

d) Khi nước giảm còn một nửa, thêm 2 muỗng cà phê bột Moringa.

e) Điều chỉnh lửa to, khi sủi bọt và nổi lên thì tắt bếp.

f) Đậy nắp và để yên trong 4-5 phút.

g) Sau 5 phút, lọc trà vào cốc.

h) Thêm mật ong hữu cơ để nếm và vắt nước cốt chanh tươi.

53. Trà sâm

Thành phần

- 6 lá xô thơm tươi, để nguyên thân
- Nước sôi
- Mật ong (hoặc xi-rô cây thùa cho người ăn chay)
- 1 quả chanh

Hướng

a) Đun sôi nước.

b) Rửa sạch cây xô thơm.

c) Đặt cây xô thơm vào cốc và đổ nước sôi lên trên. Để các loại thảo mộc ngâm trong 5 phút.

d) Loại bỏ cây xô thơm. Khuấy một giọt mật ong và vắt chanh.

CORDIAL VÀ SYRUPS

54. Blackberry và chanh thân mật

Làm cho 500ml (16fl oz.)

Thành phần

- 1kg (21/4lb) nước ép mâm xôi tươi của 4 quả chanh
- 350g (12oz) đường cát

Hướng

a) Đun nhỏ lửa quả mâm xôi và nước cốt chanh trong 600ml (1 panh) nước trong nồi khoảng 15 phút.

b) Để nguội trong khoảng 10 phút hoặc lâu hơn, sau đó lọc hỗn hợp qua rây và loại bỏ bã và hạt. Đổ nước ép vào một cái chảo sạch và thêm đường. Khuấy trên lửa nhỏ cho đến khi đường tan hết, sau đó đun nhỏ lửa trong khoảng 5 phút cho đến khi hỗn hợp sệt lại.

c) Đổ vào chai khử trùng, đậy kín, làm lạnh và sử dụng trong vòng vài ngày. Pha loãng theo sở thích với nước khoáng có ga hoặc nước khoáng và bạc hà tươi hoặc lát chanh để tạo thành thức uống giải khát.

55. Nước hoa quả cơm cháy và hoa cơm cháy

Làm cho 500ml (16fl oz.)

Thành phần

- 50g (1 3/4oz) hoa cơm cháy tươi hoặc khô
- 100g (3 1/2oz) cơm cháy
- 1 thanh quế nhỏ
- 1 muỗng cà phê hồi
- 1 muỗng canh củ gừng tươi, nạo
- 400g (14oz) đường
- nước cốt của 1/2 quả chanh

Hướng

a) Cho tất cả các nguyên liệu trừ đường và nước cốt chanh vào nồi, thêm 1 lít (1 3/4 pint) nước, đậy nắp và đun trên lửa nhỏ trong 25-30 phút.

b) Lọc chất lỏng vào bình định lượng. Gạn 600ml (1 panh) vào nồi và thêm đường. (Bất kỳ chất lỏng bổ sung nào cũng có thể được uống như trà.)

c) Khuấy nhẹ trên lửa nhỏ để đường tan. Khi tất cả đường đã tan hết, thêm nước cốt chanh và đun nhỏ lửa trong 10-15 phút nữa rồi đậy nắp lại. Sau đó đun sôi khoảng 2-3 phút rồi tắt bếp.

d) Đổ vào chai thủy tinh đã khử trùng khi vẫn còn nóng, đậy kín, dán nhãn với danh sách các thành phần và ngày tháng. Giữ lạnh và sử dụng trong vòng 3-4 tuần.

e) Thêm một muỗng canh thân mật vào một cốc nước lạnh hoặc nước nóng, hoặc rưới lên bánh kếp hoặc ngũ cốc ăn sáng.

56. Mật ong tím và gừng ngọt ngào

Làm 400-500g (14oz-1lb 2oz)

Thành phần

- 20g (3/4oz) lá và hoa tím tươi (hoặc sử dụng viola, hoặc heartease, nếu không có)
- 30g (1oz) củ gừng tươi
- 20g (3/4oz) lá chuối tươi
- 30g (1oz) lá diếp cá tươi
- 500g (1lb 2oz) mật ong lỏng

Hướng

a) Cẩn thận thu hoạch lá và hoa tươi, rửa sạch và phơi khô.

b) Thái nhỏ chúng, cho vào lọ sạch và đậy kín bằng mật ong loãng. Trộn kỹ để đảm bảo tất cả các loại thảo mộc được bao phủ tốt. Thêm mật ong nếu cần thiết.

c) Để ở nơi ấm áp, chẳng hạn như tủ thông gió, trong 5 ngày. Sau đó, lọc mật ong qua một miếng vải muslin sạch và gạn vào một lọ nhỏ hơn đã khử trùng.

d) Loại bỏ các loại thảo mộc căng thẳng. 4 Đậy kín lọ, dán nhãn với danh sách tất cả các thành phần và ngày tháng.

57. Nước cốt chanh và mật ong

Làm 125g (4 1/2oz)

Thành phần

- 20g (3/4oz) lá húng chanh tươi
- 100g (3 1/2oz) mật ong lỏng
- Nước cốt của 1/2 quả chanh

Hướng

a) Cho lá vào máy xay sinh tố hoặc máy xay thực phẩm, thêm mật ong và nước cốt chanh rồi trộn cho đến khi bạn có được một hỗn hợp nhuyễn mịn màu xanh lá cây. 2 Pha loãng với nước và uống.

b) Puree sẽ tồn tại trong một hoặc hai tuần, nếu được bảo quản trong tủ lạnh.

58. siro tầm xuân

Làm cho 700ml (1 1/4 panh)

Thành phần

- 500g (1lb 2oz) tầm xuân tươi
- 400g (14oz) đường

Hướng

a) Cắt trái cây làm đôi và loại bỏ hạt và lông bằng thìa nhỏ. Rửa nửa quả đã làm sạch dưới vòi nước chảy để loại bỏ thêm những sợi lông nhỏ trên quả.

b) Cho trái cây vào nồi, thêm 600ml (1 panh) nước và đun nhỏ lửa, không đậy nắp, trong 20-30 phút cho đến khi trái cây mềm và nước bớt đi một chút.

c) Lọc hỗn hợp và gạn chất lỏng vào một cái chảo sạch. Vứt bỏ trái cây. Thêm đường vào chất lỏng đã lọc và để đường tan trên lửa nhỏ, khuấy liên tục.

d) Khi tất cả đường đã tan hết, tăng nhiệt và đun sôi trong 2-3 phút. Gạn siro vào lọ đã khử trùng.

59. Mullein và xi-rô hồi

Làm cho 200ml (7fl oz.)

Thành phần

- 4 muỗng cà phê cồn lá mullein
- 4 muỗng cà phê cồn rễ marshmallow
- 1 muỗng canh cồn hồi
- 1 muỗng canh cồn cỏ xạ hương
- 4 muỗng cà phê cồn chuối
- 2 thìa cà phê cồn rễ cam thảo 100ml (3 1/2 fl oz.) mật ong manuka

Hướng

a) Trộn cồn thuốc và mật ong, trộn kỹ và đổ vào chai thủy tinh màu nâu đã khử trùng. Niêm phong, dán nhãn với tất cả các thành phần và ngày tháng.

b) Nó sẽ giữ được trong 3-4 tháng.

60. Xi-rô cánh hoa hồng

Pha khoảng 500ml (16fl oz.)

Thành phần

- 225g (8oz) nước đường cát của 1 quả chanh, nước ép của 1 quả cam, đã lọc
- 100g (3 1/2oz) cánh hoa hồng khô hoặc
- 10 bông hồng tươi

Hướng

a) Hòa tan đường trong 300ml (10fl oz.) nước trong nồi nhỏ trên lửa nhỏ và không để sôi vì điều này sẽ làm hỗn hợp bị vẩn đục. Thêm nước cốt chanh và cam đã lọc vào, vặn nhỏ lửa và đun ở lửa nhỏ trong 5 phút.

b) Trong 15 phút tiếp theo, thêm cánh hoa hồng, mỗi lần một muỗng canh và khuấy kỹ trước khi thêm nhiều hơn nữa. Tắt bếp, để nguội và lọc. Đổ vào lọ thủy tinh đã tiệt trùng, đậy kín và dán nhãn. Giữ lạnh và sử dụng trong vòng 6 tuần.

61. Xi-rô anh đào chua

Làm cho 1 pint

Thành phần

- 400ml (14fl oz.) nước ép anh đào chua, mới ép
- 250g (9oz) đường

Hướng

a) Đổ nước cốt vào nồi, thêm đường, đun nhẹ. Hòa tan đường trong nước trái cây, khuấy liên tục, sau đó đun nhỏ lửa trong 20 phút ở nhiệt độ thấp.

b) Lọc xi-rô và đóng chai trong chai thủy tinh tiệt trùng có nắp đậy kín. Giữ lạnh và sử dụng trong vòng vài tuần.

c) Uống pha loãng với nước khoáng lạnh hoặc nóng.

62. Echinacea và xi-rô cỏ xạ hương

Làm cho 500ml (16fl oz.)

Thành phần

- 20g (¾oz) cỏ xạ hương tươi
- 20g (¾oz) lá mã đề tươi
- 20g (¾oz) rễ, thân và lá xanh echinacea tươi
- 10g (1/4oz) củ gừng tươi, nạo
- 10g (1/4oz) tỏi tươi, bóc vỏ và nghiền nát
- 10g (1/4oz) rễ elecampane tươi
- 1 quả ớt đỏ tươi, thái nhỏ
- 400ml (14fl oz.) vodka chất lượng tốt
- 100g (31/2oz) mật ong manuka

Hướng

a) Rửa sạch tất cả các thành phần thảo mộc sau khi chúng được thu hoạch và để khô. Sau đó thái nhỏ chúng.

b) Cho tất cả nguyên liệu trừ mật ong và rượu vodka vào lọ thủy tinh lớn có nắp đậy. Đổ vodka vào, đóng chặt nắp và lắc vài lần. Dán nhãn lọ với các thành phần và ngày. Đặt lọ trong tủ tối và lắc ít nhất một lần một ngày trong 3 tuần.

c) Lọc lượng chứa trong lọ qua túi vải muslin vào bình định lượng. Gạn mật ong manuka vào một cái bát và nhẹ nhàng đổ cồn vào, khuấy liên tục bằng máy đánh trứng cho đến khi mật ong và cồn hòa quyện vào nhau. Rót xi-rô vào chai thủy tinh màu hổ phách 500ml (16fl oz.) có nắp và dán nhãn ghi rõ thành phần và ngày bắt đầu sử dụng ban đầu.

d) Uống 1 thìa cà phê 2-3 lần một ngày, hoặc tối đa 6 thìa cà phê mỗi ngày khi bắt đầu bị cảm lạnh. Xi-rô này nên giữ đến 9 tháng.

THUỐC THẢO DƯỢC

63. Cồn bạc hà và cỏ xạ hương

Làm cho 500ml (16fl oz.)

Hướng

a) Cho tất cả các nguyên liệu trừ rượu vodka vào một cái lọ lớn.

b) Đậy rượu vodka, khuấy đều và đảm bảo rằng tất cả các nguyên liệu đều được ngâm kỹ. Đậy kín lọ và đặt trong tủ tối. Lắc bình vài lần mỗi ngày trong 3 tuần.

c) Mở bình và lọc các nguyên liệu qua rây có lót vải muslin vào một cái bát nông. Loại bỏ các thành phần trong vải muslin và đổ chất lỏng vào chai thủy tinh màu hổ phách. Dán nhãn chai cồn với tên của tất cả các thành phần và ngày tháng. Lấy 1 muỗng cà phê trong một ly nước ấm hoặc lạnh và nhâm nhi trước hoặc sau bữa ăn.

64. Cồn cơm cháy và cam thảo

Pha 300-350ml (10-12fl oz.)

Thành phần

- 25g (1oz ít) cơm cháy
- 25g (quét 1oz) rễ echinacea
- 10g (1/4oz) rễ cam thảo
- 10g (1/4oz) củ gừng tươi, nạo
- 10g (1/4oz) thanh quế, bẻ thành miếng nhỏ
- 20g (3/4oz) bạc hà
- 400ml (14fl oz.) vodka chất lượng tốt

Hướng

a) Đảm bảo rằng tất cả các thành phần khô được thái nhỏ, nhưng không được nghiền thành bột.

b) Cho tất cả nguyên liệu trừ rượu vodka vào lọ thủy tinh lớn có nắp đậy chắc chắn. Đổ vodka vào, đóng chặt nắp và lắc vài lần.

c) Dán nhãn lọ với tất cả các thành phần và ngày. Đặt lọ trong tủ tối và lắc ít nhất một lần mỗi ngày trong 3 tuần.

d) Lọc lượng chứa trong lọ qua túi vải muslin vào bình đong và đổ cồn thuốc vào chai thủy tinh màu hổ phách đã khử trùng có kích thước phù hợp (350-400ml/12-14fl oz.).

e) Niêm phong chai.

f) Dán nhãn với tất cả các thành phần và ngày bắt đầu ban đầu. Bắt đầu bằng cách uống một vài giọt mỗi ngày và tăng dần lên 1 thìa cà phê 2-3 lần một ngày. Sử dụng trong vòng 6 tháng.

65. Rượu hoa chanh và táo gai

Pha 300-350ml (10-12fl oz.)

Thành phần

- 20g (3/4oz) hoa chanh
- 20g (3/4oz) quả táo gai
- 20g (3/4oz) cỏ thi
- 20g (3/4oz) dầu chanh
- 20g (3/4oz) vỏ chuột rút
- 400ml (14fl oz.) vodka chất lượng tốt

Hướng

a) Đảm bảo rằng tất cả các thành phần khô được thái nhỏ, nhưng không được nghiền thành bột.

b) Cho tất cả nguyên liệu trừ rượu vodka vào lọ thủy tinh lớn có nắp đậy chắc chắn. Đổ vodka vào, đóng chặt nắp và lắc vài lần.

c) Dán nhãn lọ với tất cả các thành phần và ngày. Đặt lọ trong tủ tối và lắc ít nhất một lần mỗi ngày trong 3 tuần.

d) Lọc lượng chứa trong lọ qua túi vải muslin vào bình đong và đổ cồn thuốc vào chai thủy tinh màu hổ phách đã khử trùng có

kích thước phù hợp (350-400ml/12-14fl oz.). Niêm phong chai.

e) Dán nhãn với tất cả các thành phần và ngày bắt đầu ban đầu. Bắt đầu bằng cách uống một vài giọt mỗi ngày và tăng dần lên 1 thìa cà phê 2-3 lần một ngày. Sử dụng trong vòng 6 tháng.

66. Rượu hoa lạc tiên và hoa cúc

Pha 300-350ml (10-12fl oz.)

Thành phần

- 20g (3/4oz) hoa hướng dương
- 20g (3/4oz) hoa cúc
- 20g (3/4oz) rễ cây nữ lang
- 30g (1oz) anh đào chua, tươi hoặc khô 400ml (14fl oz.) rượu vodka chất lượng tốt

Hướng

a) Đảm bảo rằng tất cả các thành phần khô được thái nhỏ, nhưng không được nghiền thành bột.

b) Cho tất cả nguyên liệu trừ rượu vodka vào lọ thủy tinh lớn có nắp đậy chắc chắn. Đổ vodka vào, đóng chặt nắp và lắc vài lần.

c) Dán nhãn lọ với tất cả các thành phần và ngày. Đặt lọ trong tủ tối và lắc ít nhất một lần mỗi ngày trong 3 tuần.

d) Lọc lượng chứa trong lọ qua túi vải muslin vào bình đong và đổ cồn thuốc vào chai thủy tinh màu hổ phách đã khử trùng có kích thước phù hợp (350-400ml/12-14fl oz.).

e) Niêm phong chai.

f) Dán nhãn với tất cả các thành phần và ngày bắt đầu ban đầu. Bắt đầu bằng cách uống một vài giọt mỗi ngày và tăng dần lên 1 thìa cà phê vào cuối buổi chiều và một thìa nữa trước khi đi ngủ. Sử dụng trong vòng 6 tháng.

67. Chaste berry và rượu dang gui

Pha 300-350ml (10-12fl oz.)

Thành phần

- 20g (3/4oz) quả trinh nữ (còn gọi là agnus lâu đài)
- 20g (3/4oz) bạch chỉ Trung Quốc (dang gu)
- 20g (3/4oz) ngải cứu
- 20g (3/4oz) vỏ rễ cây táo gai đen (Viburnum prunifolium)
- 20g (3/4oz) hoa cúc
- 400ml (14fl oz.) vodka chất lượng tốt

Hướng

a) Đảm bảo rằng tất cả các thành phần khô được thái nhỏ, nhưng không được nghiền thành bột.

b) Cho tất cả nguyên liệu trừ rượu vodka vào lọ thủy tinh lớn có nắp đậy chắc chắn. Đổ vodka vào, đóng chặt nắp và lắc vài lần.

c) Dán nhãn lọ với tất cả các thành phần và ngày. Đặt lọ trong tủ tối và lắc ít nhất một lần mỗi ngày trong 3 tuần.

d) Lọc lượng chứa trong lọ qua túi vải muslin vào bình đong và đổ cồn thuốc vào chai thủy tinh màu hổ phách đã khử trùng có

kích thước phù hợp (350-400ml/12-14fl oz.). Niêm phong chai.

e) Dán nhãn với tất cả các thành phần và ngày bắt đầu ban đầu. Bắt đầu bằng cách uống một vài giọt mỗi ngày và tăng dần lên 1 thìa cà phê 2-3 lần một ngày. Sử dụng trong vòng 6 tháng.

68. Goji berry và cồn nhân sâm Siberi

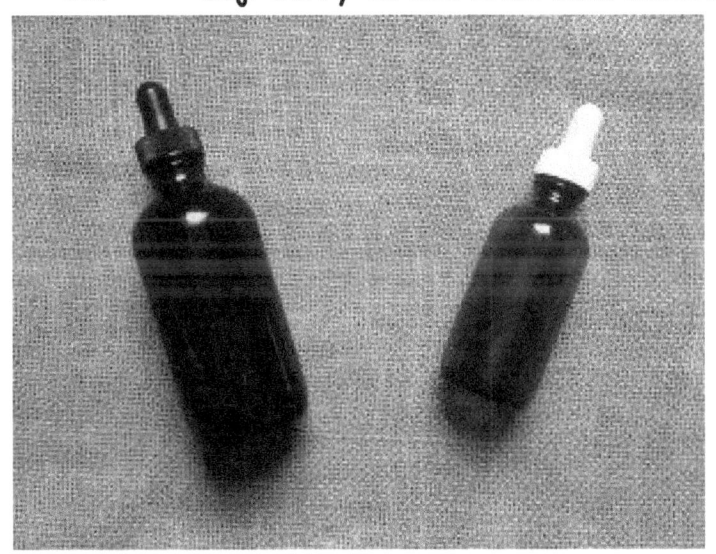

Pha 300-350ml (10-12fl oz.)

Thành phần

- 25g (1oz ít ỏi) quả kỷ tử
- 25g (scan 1oz) Nhân sâm Siberi
- 25g (scant 1oz) ngọn yến mạch hoặc yến mạch khô
- 20g (3/4oz) quả ngũ vị tử
- 5g (1/8oz) rễ cam thảo
- 400ml (14fl oz.) vodka chất lượng tốt

Hướng

a) Đảm bảo rằng tất cả các thành phần khô được thái nhỏ, nhưng không được nghiền thành bột.

b) Cho tất cả nguyên liệu trừ rượu vodka vào lọ thủy tinh lớn có nắp đậy chắc chắn. Đổ vodka vào, đóng chặt nắp và lắc vài lần.

c) Dán nhãn lọ với tất cả các thành phần và ngày. Đặt lọ trong tủ tối và lắc ít nhất một lần mỗi ngày trong 3 tuần.

d) Lọc lượng chứa trong lọ qua túi vải muslin vào bình đong và đổ cồn thuốc vào chai thủy tinh màu hổ phách đã khử trùng có kích thước phù hợp (350-400ml/12-14fl oz.). Niêm phong chai.

e) Dán nhãn với tất cả các thành phần và ngày bắt đầu ban đầu. Bắt đầu bằng cách uống một vài giọt mỗi ngày và tăng dần lên 1 thìa cà phê 2-3 lần một ngày. Sử dụng trong vòng 6 tháng.

69. Cỏ ba lá đỏ và cồn thuốc cắt

Pha 300–350ml (10–12fl oz.)

Thành phần

- 15g (1/2oz) cỏ ba lá đỏ
- Dao cắt 15g (1/2oz)
- 20g (3/4oz) viola (đau tim)
- 20g (3/4oz) lá violet (Viola odorata)
- 20g (3/4oz) rễ cây mahonia (Mahonia aquifolium), thái nhỏ
- 20g (3/4oz) rau má
- 400ml (14fl oz.) vodka chất lượng tốt

Hướng

a) Đảm bảo rằng tất cả các thành phần khô được thái nhỏ, nhưng không được nghiền thành bột.

b) Cho tất cả nguyên liệu trừ rượu vodka vào lọ thủy tinh lớn có nắp đậy chắc chắn. Đổ vodka vào, đóng chặt nắp và lắc vài lần.

c) Dán nhãn lọ với tất cả các thành phần và ngày. Đặt lọ trong tủ tối và lắc ít nhất một lần mỗi ngày trong 3 tuần.

d) Lọc lượng chứa trong lọ qua túi vải muslin vào bình đong và đổ cồn thuốc vào chai thủy tinh màu hổ phách đã khử trùng có

kích thước phù hợp (350-400ml/12-14fl oz.). Niêm phong chai.

e) Dán nhãn với tất cả các thành phần và ngày bắt đầu ban đầu. Bắt đầu bằng cách uống một vài giọt mỗi ngày và tăng dần lên 1 thìa cà phê 2-3 lần một ngày. Sử dụng trong vòng 6 tháng.

70.   Thuốc bảo vệ mùa đông Echinacea và Eldberry

Cung cấp cho 1 tháng

Thành phần

- 20g (3/4oz) củ gừng tươi
- 80g (23/4oz) rễ echinacea, tươi hoặc khô
- 20g (3/4oz) lá húng tây, tươi hoặc khô
- 2 tép tỏi (tùy chọn)
- 1 trái ớt tươi bỏ hạt (không bắt buộc)
- 80g (23/4oz) cơm cháy, tươi hoặc khô
- 500ml (16fl oz.) vodka chất lượng tốt

Hướng

a) Cắt mỏng gừng tươi và rễ cây cúc dại, kéo lá húng tây tươi ra khỏi thân, băm nhuyễn tỏi và ớt (nếu dùng).

b) Nhẹ nhàng bóp quả cơm cháy. Cho tất cả các nguyên liệu vào một lọ lớn có nắp đậy vừa vặn. Đậy rượu vodka, trộn kỹ và đảm bảo tất cả các nguyên liệu được ngâm hoàn toàn.

c) Đậy chặt nắp và đặt lọ vào tủ tối. Kiểm tra nó mỗi ngày, lắc bình vài lần. Sau 3 tuần, mở lọ, lọc các thành phần qua túi muslin, thu chất lỏng trong chai thủy tinh màu hổ phách đã khử trùng, dán nhãn với tên của tất cả các thành phần và ngày tháng.

71. Rượu bồ công anh và cây ngưu bàng

Pha 300-350ml (10-12fl oz.)

Thành phần

- 20g (3/4oz) rễ bồ công anh
- 20g (3/4oz) rễ ngưu bàng
- 20g (3/4oz) quả ngũ vị tử
- 10g (1/4oz) lá atisô
- 20g (3/4oz) cây kế sữa
- 10g (1/4oz) rễ cây khổ sâm
- 400ml (14fl oz.) vodka chất lượng tốt

Hướng

a) Đảm bảo rằng tất cả các thành phần khô được thái nhỏ, nhưng không được nghiền thành bột.

b) Cho tất cả nguyên liệu trừ rượu vodka vào lọ thủy tinh lớn có nắp đậy chắc chắn. Đổ vodka vào, đóng chặt nắp và lắc vài lần.

c) Dán nhãn lọ với tất cả các thành phần và ngày. Đặt lọ trong tủ tối và lắc ít nhất một lần mỗi ngày trong 3 tuần.

d) Lọc lượng chứa trong lọ qua túi vải muslin vào bình đong và đổ cồn thuốc vào chai thủy tinh màu hổ phách đã khử trùng có kích thước phù hợp (350-400ml/12-14fl oz.).

e) Niêm phong chai.

f) Dán nhãn với tất cả các thành phần và ngày bắt đầu ban đầu. Bắt đầu bằng cách uống một vài giọt mỗi ngày và tăng dần lên 1 thìa cà phê 2-3 lần một ngày. Sử dụng trong vòng 6 tháng.

72. Cồn chuột rút và valerian

Pha 300-350ml (10-12fl oz.)

Thành phần

- 25g (1oz ít) chuột rút
- 25g (1oz ít ỏi) rễ cây nữ lang
- 20g (3/4oz) hoa hướng dương
- 20g (3/4oz) hoa cúc
- 400ml (14fl oz.) vodka chất lượng tốt

Hướng

a) Đảm bảo rằng tất cả các thành phần khô được thái nhỏ, nhưng không được nghiền thành bột.

b) Cho tất cả nguyên liệu trừ rượu vodka vào lọ thủy tinh lớn có nắp đậy chắc chắn. Đổ vodka vào, đóng chặt nắp và lắc vài lần.

c) Dán nhãn lọ với tất cả các thành phần và ngày. Đặt lọ trong tủ tối và lắc ít nhất một lần mỗi ngày trong 3 tuần.

d) Lọc lượng chứa trong lọ qua túi vải muslin vào bình đong và đổ cồn thuốc vào chai thủy tinh màu hổ phách đã khử trùng có kích thước phù hợp (350-400ml/12-14fl oz.). Niêm phong chai.

e) Dán nhãn với tất cả các thành phần và ngày bắt đầu ban đầu. Bắt đầu bằng cách uống một vài giọt mỗi ngày và tăng dần lên 1 thìa cà phê 2-3 lần một ngày. Sử dụng trong vòng 6 tháng.

73. Cohosh đen và cồn cây xô thơm

Pha 300–350ml (10–12fl oz.)

Thành phần

- 20g (3/4oz) rễ cohosh đen
- 15g (1/2oz) quả mọng
- 10g (1/4oz) cây xô thơm
- 20g (3/4oz) quả ngũ vị tử
- 15g (1/2oz) ngải cứu
- Mũ sọ 20g (3/4oz)
- 400ml (14fl oz.) vodka chất lượng tốt

Hướng

a) Đảm bảo rằng tất cả các thành phần khô được thái nhỏ, nhưng không được nghiền thành bột.

b) Cho tất cả nguyên liệu trừ rượu vodka vào lọ thủy tinh lớn có nắp đậy chắc chắn. Đổ vodka vào, đóng chặt nắp và lắc vài lần.

c) Dán nhãn lọ với tất cả các thành phần và ngày. Đặt lọ trong tủ tối và lắc ít nhất một lần mỗi ngày trong 3 tuần.

d) Lọc lượng chứa trong lọ qua túi vải muslin vào bình đong và đổ cồn thuốc vào chai thủy tinh màu hổ phách đã khử trùng có

kích thước phù hợp (350-400ml/12-14fl oz.). Niêm phong chai.

e) Dán nhãn với tất cả các thành phần và ngày bắt đầu ban đầu. Bắt đầu bằng cách uống một vài giọt mỗi ngày và tăng dần lên 1 thìa cà phê 2-3 lần một ngày. Sử dụng trong vòng 6 tháng.

74. Cồn lá bạch dương và rễ cây tầm ma

Pha 300–350ml (10–12fl oz.)

Thành phần

- 25g (scan 1oz) rễ cây tầm ma
- 15g (1/2oz) lá bạch dương
- 25g (scant 1oz) pellitor-of-the-wall
- 15g (1/2oz) lá lý chua đen
- 20g (3/4oz) cây dương trắng hoặc vỏ cây dương (Populus tremuloides)
- 400ml (14fl oz.) vodka chất lượng tốt

Hướng

a) Đảm bảo rằng tất cả các thành phần khô được thái nhỏ, nhưng không được nghiền thành bột.

b) Cho tất cả nguyên liệu trừ rượu vodka vào lọ thủy tinh lớn có nắp đậy chắc chắn. Đổ vodka vào, đóng chặt nắp và lắc vài lần.

c) Dán nhãn lọ với tất cả các thành phần và ngày. Đặt lọ trong tủ tối và lắc ít nhất một lần mỗi ngày trong 3 tuần.

d) Lọc lượng chứa trong lọ qua túi vải muslin vào bình đong và đổ cồn thuốc vào chai thủy tinh màu hổ phách đã khử trùng có

kích thước phù hợp (350-400ml/12-14fl oz.). Niêm phong chai.

e) Dán nhãn với tất cả các thành phần và ngày bắt đầu ban đầu. Bắt đầu bằng cách uống một vài giọt mỗi ngày và tăng dần lên 1 thìa cà phê 2-3 lần một ngày. Sử dụng trong vòng 6 tháng.

THỰC PHẨM THẢO DƯỢC

75. Gà xé thảo mộc

Năng suất: 2 phần ăn

Nguyên liệu

- 2 tách vụn bánh mì
- 1 muỗng cà phê muối
- 1 muỗng cà phê tiêu mới xay
- 2 muỗng canh Rau mùi tây khô
- 1 muỗng cà phê kinh giới khô
- 1 muỗng cà phê cỏ xạ hương khô
- 1 muỗng cà phê oregano khô
- 1 muỗng cà phê Bột tỏi
- 1 quả cam? xắt lát
- 4 Nửa ức gà rút xương và lột da
- 2 quả trứng? bị đánh đập HOẶC Trứng thay thế
- 2 muỗng canh Bơ hoặc bơ thực vật
- 2 muỗng canh Dầu thực vật
- 1 cái ly Nước dùng gà hoặc rượu trắng
- 1 nhánh mùi tây tươi

Hướng:

a) Cho vụn bánh mì, muối, hạt tiêu, rau mùi tây, kinh giới, húng tây, oregano và bột tỏi vào máy xay thực phẩm và xay kỹ. Nhúng ức gà vào trứng đã đánh bông rồi phủ một lớp vụn bánh mì.

b) Trên lửa vừa và cao, làm nâu ức gà ở cả hai mặt trong bơ và dầu. Hạ nhiệt, thêm nước dùng hoặc rượu và đậy nắp. Đun nhỏ lửa trong 20 đến 30 phút, tùy thuộc vào độ dày của vú.

c) Trang trí với lát cam và rau mùi tây.

76. Kem gà với thảo mộc

Năng suất: 1 phần ăn

Nguyên liệu

- 1 lon Kem súp gà
- 1 lon Nước hầm gà
- 1 hộp sữa
- 1 lon nước
- 2 cốc Bisquick Baking Mix
- $\frac{3}{4}$ cốc Sữa

Hướng:

a) Đổ lon súp vào chảo lớn

b) Khuấy lon nước và sữa. Trộn với nhau cho đến khi mị n. Đun trên lửa vừa cho đến khi sôi

c) Khuấy đều Bisquick và sữa. Bột phải dày và dính . Cho từng muỗng cà phê bột vào súp đang sôi.

d) Nấu bánh bao cho khoảng. 8 đến 10 phút. không che đậy

77. Gà tây tráng men Apricot Dijon

Năng suất: 6 phần ăn

Nguyên liệu

- 6 viên nước dùng gà
- 1½ chén gạo trắng hạt dài chưa nấu chín
- ½ chén hạnh nhân cắt nhỏ
- ½ chén quả mơ khô xắt nhỏ
- 4 nhánh Hành lá; xắt lát
- ¼ chén mùi tây tươi xắt nhỏ
- 1 muỗng canh vỏ cam
- 1 muỗng cà phê Hương Thảo khô? nghiền
- 1 muỗng cà phê Lá húng tây khô
- 1 nửa ức gà tây không xương - khoảng 2 1/2 pounds
- 1 cái ly Mứt mơ hoặc mứt cam
- 2 muỗng canh mù tạt Dijon

Hướng:

a) Đối với cơm thập cẩm, đun sôi nước. Thêm nước dùng. Hủy bỏ nhiệt vào một cái bát. Thêm tất cả các thành phần cơm thập cẩm còn lại trừ gà tây; trộn đều. Đặt Thổ Nhĩ Kỳ lên trên hỗn hợp gạo.

b) Đậy nắp và nướng 45 phút

c) Lấy gà tây ra khỏi lò nướng? cẩn thận tháo Baker bằng Găng tay lò nướng.

d) Khuấy cơm thập cẩm ngay trước khi ăn, dùng với gà tây và nước sốt.

78. Cơm gà sốt thảo mộc

Năng suất: 4 phần ăn

Nguyên liệu

- ¾ chén nước nóng
- ¼ chén Rượu trắng
- 1 muỗng cà phê hạt nêm hương gà
- 4 (4 oz.) nửa ức gà đã lột da và rút xương
- ½ muỗng cà phê bột bắp
- 1 muỗng canh Nước
- 1 gói phô mai kiểu Neufchatel với các loại thảo mộc và gia vị
- 2 chén gạo hạt dài nấu chín nóng

Hướng:

a) Đun sôi nước nóng, rượu vang và hạt bouillon trong một cái chảo lớn trên lửa vừa và cao. Giảm nhiệt và thêm thịt gà, đun nhỏ lửa trong 15 phút; quay sau 8 phút. Lấy gà ra khi làm xong, giữ ấm. Đun sôi chất lỏng nấu ăn, giảm xuống còn ⅔ cốc.

b) Kết hợp bột ngô và nước và thêm vào chất lỏng. Đun sôi và nấu trong 1 phút, khuấy liên tục. Thêm phô mai kem và nấu cho đến khi được trộn đều, khuấy liên tục bằng máy đánh trứng. Phục vụ:

c) Cơm gà, rưới sốt lên gà

79. Gà sốt kem và rau thơm

Năng suất: 6 phần ăn

Nguyên liệu

- 6 Đùi gà đã lọc da và rút xương
- Bột mì đa dụng nêm muối và tiêu
- 3 muỗng canh Bơ
- 3 muỗng canh dầu ô liu
- ½ chén rượu trắng khô
- 1 thìa nước cốt chanh
- ½ chén kem tươi
- ½ muỗng cà phê cỏ xạ hương khô
- 2 muỗng canh mùi tây tươi băm nhỏ
- 1 quả chanh, thái lát (trang trí)
- 1 muỗng canh Capers, rửa sạch và để ráo nước (trang trí)

Hướng:

a) Trong một cái chảo lớn, đun nóng 1½ muỗng canh bơ và dầu. Thêm những miếng thị t gà vừa vặn mà không bị đông đúc. Đầu bếp

b) Thêm rượu vang và nước cốt chanh vào chảo và đun ở nhiệt độ cao vừa phải, khuấy đều để các hạt có màu nâu hòa quyện vào nhau. Đun sôi, giảm xuống còn khoảng một nửa

c) Thêm kem đánh bông, cỏ xạ hương và rau mùi tây; đun sôi cho đến khi nước sốt hơi đặc lại. Đổ bất kỳ loại nước thịt nào từ đĩa nóng vào nước sốt.

d) Điều chỉnh nước sốt cho gia vị cho vừa ăn. Rưới thịt lên và trang trí với mùi tây, lát chanh và nụ bạch hoa

80. Gà madeira trên bánh quy

Năng suất: 6 phần ăn

Nguyên liệu

- 1½ pound Ức gà
- 1 muỗng canh dầu ăn
- 2 tép tỏi, băm nhỏ
- 4½ chén nấm tươi cắt làm tư
- ½ chén hành tây xắt nhỏ
- 1 cái ly kem chua
- 2 muỗng canh Bột mì đa dụng
- 1 ly Sữa tách béo
- ½ chén nước dùng gà
- 2 muỗng canh Madeira hoặc sherry khô

Hướng:

a) Nấu gà trong dầu nóng trên lửa vừa và cao trong 4 - 5 phút hoặc cho đến khi không còn màu hồng. Thêm tỏi, nấm và hành tây vào chảo. Nấu, không đậy nắp, trong 4 - 5 phút hoặc cho đến khi chất lỏng bay hơi.

b) Trong một cái bát khuấy đều kem chua, bột mì, ½ muỗng cà phê muối và ¼ muỗng cà phê tiêu. Thêm hỗn hợp kem chua, sữa và nước dùng vào chảo. Thêm gà và Madeira hoặc sherry? nhiệt qua.

c) Phục vụ trên bánh quy herbed.

81. Súp gà với các loại thảo mộc

Năng suất: 7 phần ăn

Nguyên liệu

- 1 chén đậu cannellini khô
- 1 muỗng cà phê Dầu ô liu
- 2 Tỏi tây, cắt tỉa -- rửa sạch
- 2 củ cà rốt - gọt vỏ và thái hạt lựu
- 10 ml Tỏi -- băm nhỏ
- 6 quả cà chua mận
- 6 khoai tây mới
- 8 chén nước dùng gà tự làm
- ¾ chén rượu trắng khô
- 1 nhánh húng tây tươi
- 1 nhánh hương thảo tươi
- 1 lá nguyệt quế

Hướng:

a) Đậu xanh vo sạch, ngâm nước 8 tiếng hoặc qua đêm. Trong một cái nồi lớn, đun nóng dầu trên lửa vừa và thấp. Thêm tỏi tây, cà rốt và tỏi; nấu cho đến khi mềm, khoảng 5 phút. Khuấy cà chua và nấu trong 5 phút. Thêm khoai tây và nấu trong 5 phút.

b) Thêm nước dùng gà, rượu và các loại thảo mộc? đun sôi. Xả đậu và thêm vào nồi? nấu 2 giờ, hoặc cho đến khi đậu mềm.

c) Loại bỏ lá nguyệt quế và nhánh thảo mộc trước khi phục vụ.

82. Gà ngâm rượu thuốc bắc

Năng suất: 4 phần ăn

Nguyên liệu

- Gà rán
- ½ muỗng cà phê Oregano
- ½ muỗng cà phê húng quế
- 1 chén rượu trắng khô
- ½ muỗng cà phê muối tỏi
- ½ muỗng cà phê muối
- ¼ muỗng cà phê tiêu

Hướng:

a) Thịt gà rửa sạch, chặt miếng. Trong một lượng nhỏ dầu, các miếng thịt gà có màu nâu ở tất cả các mặt. Đổ dầu thừa.

b) Thêm rượu và gia vị và đun nhỏ lửa trong 30 đến 40 phút hoặc cho đến khi thịt gà mềm.

83. ravioli thảo dược

Nguyên liệu

- 2 tấm mì tươi 8,5x11"
- 1¼ cốc Phô mai ri-cô-ta? không chứa chất béo
- ¾ cốc vụn bánh mì Ý
- ¼ cốc Húng quế tươi và ¼ chén Rau mùi tây sạch? băm nhỏ
- ⅛ muỗng cà phê oregano o và ⅛ Nhục đậu khấu
- Muối và hạt tiêu đen
- Cơ sở cà chua luộc
- 2 lớn Cà chua? chín muồi
- 2 tép tỏi; xắt lát mỏng
- 6 Lá húng quế tươi

Hướng:

a) Trong một bát trộn lớn, kết hợp ricotta, vụn bánh mì, húng quế, rau mùi tây, oregano, nhục đậu khấu, muối và hạt tiêu đen.

b) Đặt các tấm mì ống phẳng trên bề mặt làm việc và thả bốn phần bằng nhau (khoảng ¼ cốc) hỗn hợp ricotta vào 4 góc phần tư chỉ trên nửa bên trái của mỗi tấm mì ống. Gấp nửa tấm mì ống bên phải lên nửa còn lại. Nhấn xuống xung quanh mỗi gò phô mai để bị t kín.

c) Đun sôi nước trong một cái nồi lớn. Thả ravioli vào nước và đun sôi trong 3-5 phút. Rửa sạch, bỏ lõi, gọt vỏ và băm nhỏ cà chua. Để qua một bên. Xào nhanh tỏi, Thêm cà chua, húng quế, nước và muối

d) Đậy nắp và nấu trong 5 phút . Cho hỗn hợp cà chua vào 4 đĩa phục vụ và phủ lên trên mỗi đĩa hai bánh mì raviolis.

84. Linguine với các loại thảo mộc hỗn hợp

Năng suất: 1 phần ăn

Nguyên liệu

- 4 củ cà rốt vừa
- 3 quả bí vừa
- 1 pound mì khô
- 1 chén lá mùi tây tươi đóng gói
- ½ chén lá húng quế tươi đóng gói
- 1 muỗng canh lá húng tây tươi
- 1 muỗng canh lá hương thảo tươi
- 1 muỗng canh lá tarragon tươi
- ½ cốc Parmesan mới bào
- ⅓ chén dầu ô liu
- ¼ cốc quả óc chó; nướng vàng
- 1 muỗng canh giấm Balsamic

Hướng:

a) Trong một ấm đun nước 6 lít, đun sôi 5 lít nước muối. Thêm mì sợi và nấu trong 8 phút, hoặc cho đến khi vừa đủ mềm. Thêm cà rốt và nấu trong 1 phút. Thêm zucchini và nấu trong 1 phút. Dự trữ ⅔ cốc nước nấu và để ráo mì ống và rau.

b) Trong một bát lớn, khuấy đều sốt pesto và nước nóng đã để sẵn. Thêm mì ống và rau và trộn đều.

c) Trong một bộ xử lý thực phẩm, trộn tất cả các thành phần với muối và hạt tiêu để nếm cho đến khi mịn.

85. Farfalle với nước sốt thảo mộc

Năng suất: 1 phần ăn

Nguyên liệu

- 2 tép tỏi -- băm nhỏ
- 1 cân Anh farfalle - nấu chín
- 2 c nhánh bạc hà tươi
- ¾ dầu ô liu nguyên chất
- ½ c nước dùng rau củ
- 1½ thìa cà phê muối
- ½ muỗng cà phê tiêu tươi
- 1 Muỗng canh nước cốt chanh
- ½ c quả óc chó, nướng, xắt nhỏ
- ½ c phô mai Parmesan

Hướng:

a) Trong máy xay sinh tố hoặc máy xay thực phẩm, cho rau thơm và tỏi vào, trong khi máy đang chạy, cho ½ dầu ô liu, nước dùng rau củ vào, sau đó cho phần dầu còn lại vào. Thêm muối, hạt tiêu và chanh, trộn và nếm và điều chỉnh gia vị.

b) Quăng mì ống đã nấu chín khi vẫn còn ấm, cho các loại hạt và phô mai vào. Trang trí với nhánh thảo mộc tươi.

86. Mì trúng tỏi

Năng suất: 4 phần ăn

Nguyên liệu

- ½ pound mì trứng
- 4 tép tỏi lớn
- 1½ chén hỗn hợp các loại thảo mộc
- 2 muỗng canh dầu ô liu nguyên chất
- Muối và tiêu

Hướng:

a) Nấu mì ống trong một nồi lớn đun sôi nước muối cho đến khi mềm nhưng vẫn cứng, 7-9 phút . Thoát nước tốt.

b) Trong khi đó, băm nhỏ tỏi, băm nhuyễn các loại thảo mộc; bạn sẽ có khoảng 1 cốc.

c) Kết hợp dầu ô liu và tỏi trong một cái chảo lớn. Nấu trên lửa vừa, thỉnh thoảng khuấy, cho đến khi tỏi có mùi thơm nhưng không chuyển sang màu nâu, trong 2-3 phút . Tắt bếp và khuấy trong các loại thảo mộc băm nhỏ.

d) Thêm mì đã nấu chín vào chảo và đảo đều. Nêm muối và hạt tiêu cho vừa ăn và trộn đều

87. Cappellini với cải bó xôi

Năng suất: 6 phần ăn

Nguyên liệu

- 8 ounce mì ống tóc thiên thần (cappelini)
- 10 ounce rau bina đông lạnh
- 1 pound rau bina tươi
- 1 muỗng canh ô liu nguyên chất
- 1 củ hành tây; băm nhỏ
- 2 muỗng canh mùi tây tươi
- ½ muỗng cà phê lá húng quế khô
- ½ muỗng cà phê lá oregano khô
- ½ muỗng cà phê hạt nhục đậu khấu
- Muối và hạt tiêu cho vừa ăn
- 2 muỗng canh Phô mai Parmesan bào;

Hướng:

a) Đun sôi một ấm nước lớn và nấu mì ống cho đến khi chín, 3 phút. Thoát nước trong một cái chao? để qua một bên. Trong khi đó, đặt rau bina đông lạnh vào giá hấp trên nước sôi cho đến khi hơi héo.

b) Trong chảo chống dính, đun nóng dầu và xào hành tây cho đến khi mềm. Cho rau bina, hành tây, rau mùi tây, húng quế, lá oregano, nhục đậu khấu, muối và hạt tiêu vào máy xay của máy xay thực phẩm có gắn lưỡi kim loại và chế biến thành bột nhuyễn. Cho mỳ ra bát, rưới sốt lên và rắc phô mai Parmesan

88.　　　gạo thảo dược Malaysia

Nguyên liệu

- 400 gam cá hồi tươi
- 2 muỗng canh nước tương và 2 muỗng canh Mirin
- 6 cốc Cơm nhài nấu chín
- Lá chanh Kaffir
- ½ cốc Nướng? dừa vụn
- Nghệ/ riềng; lột vỏ
- 3 muỗng canh nước mắm

Cách ăn mặc

- 2 quả ớt đỏ nhỏ; hạt và băm nhỏ
- ½ cốc Húng quế
- ½ cốc bạc hà việt nam
- 1 quả bơ chín; lột vỏ
- 1 quả ớt đỏ ; băm nhỏ
- 2 tép tỏi; băm nhỏ
- ⅓ cốc Nước ép chanh

Hướng:

a) Trộn đậu nành và rượu mirin rồi đổ lên cá và ướp trong 30 phút. Làm nóng chảo nướng hoặc vỉ nướng sau đó nướng cá cho đến khi vàng .

b) Giã nhuyễn nghệ, riềng, ớt và lá chanh rồi trộn với cơm đã nấu chín. Thêm dừa nướng, húng quế và bạc hà và trộn với nước mắm. Để qua một bên.

c) Nghiền nhuyễn tất cả các nguyên liệu làm nước xốt, sau đó cho nước xốt qua cơm cho đến khi cơm có màu xanh nhạt. Đánh cá đã nấu chín và thêm vào cơm.

89. Tóc thiên thần với cá hồi hun khói

Năng suất: 4 phần ăn

Nguyên liệu

- 8 ounces Dán tóc thiên thần; chưa nấu chín
- 6 ounce Cá hồi hun khói; xắt lát mỏng
- 3 muỗng canh dầu ô liu
- 1 củ tỏi lớn; Thái nhỏ
- $2\frac{1}{4}$ cốc Băm nhỏ? cà chua bỏ hạt
- $\frac{1}{2}$ cốc Rượu vang trắng khô
- 3 muỗng canh nụ bạch hoa lớn để ráo nước
- $1\frac{1}{2}$ muỗng cà phê Spice Islands Dill Weed
- $1\frac{1}{2}$ thìa cà phê Spice Islands Sweet Basil
- $\frac{1}{2}$ chén phô mai Parmesan; mới xay
- 2 chén cà chua, rượu vang

Hướng:

a) Chuẩn bị mì ống theo những bước chỉ dẫn món.

b) Trong khi đó, cắt cá hồi, dọc theo thớ, thành những dải rộng $\frac{1}{2}$ inch; để qua một bên.

c) Trong chảo lớn, đun nóng dầu trên lửa vừa cho đến khi nóng; nấu và khuấy tỏi cho đến khi vàng.

d) Khuấy bạch hoa, thì là và húng quế; nấu cho đến khi hỗn hợp nóng, thỉnh thoảng khuấy.

e) Trong tô lớn, kết hợp hỗn hợp mì ống và cà chua; tung để kết hợp.

f) Thêm cá hồi và phô mai? quăng nhẹ. Trang trí với cà chua và mùi tây còn lại, nếu muốn.

90.   cá tuyết với các loại thảo mộc

Năng suất: 4 phần ăn

Nguyên liệu

- 3 chén nước
- ½ chén cần tây thái lát
- 1 gói Nước luộc gà ăn liền
- ½ quả chanh
- 2 muỗng canh mảnh hành khô
- 1 muỗng cà phê mùi tây tươi, xắt nhỏ
- ½ mỗi lá nguyệt quế
- ⅛ thìa cà phê Đinh hương xay
- ⅛ muỗng cà phê húng tây
- 4 mỗi bít tết cá tuyết có xương và da
- 2 phương tiện Cà chua, cắt làm đôi
- 2 phương tiện Ớt xanh bỏ hạt, cắt làm đôi

Hướng:

a) Trong chảo 12 inch, kết hợp nước, cần tây, hỗn hợp nước dùng, chanh, hành tây, rau mùi tây, lá nguyệt quế, đinh hương và cỏ xạ hương. Đun sôi, sau đó giảm nhiệt để đun nhỏ lửa. Thêm cá và luộc từ 5 đến 7 phút. Thêm nửa quả cà chua và ớt xanh, nấu xong cho đến khi cá bong ra dễ dàng. Dọn cá và rau ra, giữ ấm.

b) Nấu chất lỏng cho đến khi giảm một nửa. Loại bỏ chanh và lá nguyệt quế. Cho chất lỏng và một nửa số cà chua và ớt đã nấu chín vào cối xay sinh tố. Nghiền cho đến khi mịn

c) Đổ cá và cà chua và ớt còn lại.

91. cá hồi luộc lạnh

Năng suất: 1 phần ăn

Nguyên liệu

- 6 Không có da? (6 ounce) phi lê cá hồi
- Muối và tiêu trắng
- 3 chén nước kho cá hoặc nước nghêu
- 1 bó Oregano
- 1 bó húng quế
- 1 bó mùi tây
- 1 bó húng tây
- 6 quả cà chua; gọt vỏ, bỏ hạt và thái hạt lựu
- ½ chén dầu ô liu nguyên chất
- 1½ thìa cà phê muối
- ½ muỗng cà phê tiêu đen mới xay

Hướng:

a) Ướp cá hồi với muối và hạt tiêu

b) Đun sôi nước dùng hoặc nước trái cây trong một cái chảo lớn chịu được lò nướng. Cho cá vào sao cho chúng gần như không chạm vào nhau và đun sôi lại chất lỏng. Chuyển sang lò nướng và nướng 5 phút trong khi lật cá

c) Để làm nước sốt, loại bỏ thân cây và thái nhỏ tất cả các loại thảo mộc. Trộn tất cả nguyên liệu trong một bát nhỏ, để trong tủ lạnh.

92. Phi lê thảo mộc thì là

Năng suất: 4 phần ăn

Nguyên liệu

- 2 pao phi lê cá hồng
- ¾ muỗng cà phê muối
- ½ muỗng cà phê tiêu xay
- ½ chén dầu ô liu
- 1½ muỗng canh rau mùi tây băm nhỏ
- 1 muỗng canh hẹ băm nhỏ, gia vị
- 1 x thợ săn đông lạnh khô hoặc tươi
- 1 nhúm oregano
- ¼ cốc nước cốt chanh tươi

Hướng:

a) Sắp xếp cá trong một lớp duy nhất, dầu, đĩa nướng nông. Rắc dầu, rau mùi tây, hẹ tây, thì là và oregano. Nướng trong lò đã làm nóng trước ở 350 độ F cho đến khi thịt hầu như không tách ra khi thử bằng nĩa - 15 đến 20 phút. Xịt hai lần với nước ép chảo trong khi nướng. Dọn cá ra đĩa ăn.

b) Pha nước cốt chanh vào chảo nhỏ giọt, sau đó đổ lên cá.

93. Cá nướng giòn và rau thom

Năng suất: 4 phần ăn

Nguyên liệu

- 4 miếng phi lê cá trắng mỗi loại
- 1 muỗng canh Nước
- $\frac{1}{8}$ muỗng cà phê tiêu chanh
- 1 muỗng cà phê Bơ thực vật ít chất béo, tan chảy
- 1 lòng trắng trứng
- $\frac{1}{2}$ chén vụn bông ngô
- 2 muỗng cà phê mùi tây tươi xắt nhỏ

Hướng:

a) Làm nóng lò trước 400F. Xịt nhẹ một chiếc chảo nướng nông cỡ trung bình bằng bình xịt rau củ. Rửa sạch cá và thấm khô.

b) Trong một bát nhỏ, đánh lòng trắng trứng với một ít nước. Nhúng cá vào lòng trắng trứng rồi lăn qua bột chiên xù. Xếp cá vào khay nướng. Rắc tiêu chanh và rau mùi tây, sau đó rưới bơ thực vật lên trên tất cả.

c) Nướng không đậy nắp trong 20 phút hoặc cho đến khi cá bong ra dễ dàng

94.   mì tôm

Năng suất: 2 phần ăn

Nguyên liệu

- 1 gói hỗn hợp súp kem thảo mộc Lipton
- 8 ounce tôm
- 6 ounces Fettuccini, nấu chín
- $1\frac{3}{4}$ cốc Sữa
- $\frac{1}{2}$ chén đậu Hà Lan
- $\frac{1}{4}$ cốc Parmesan, nạo

Hướng:

a) Trộn hỗn hợp súp với sữa và đun sôi. Thêm tôm và đậu Hà Lan và đun nhỏ lửa 3 phút cho đến khi tôm mềm.

b) Quăng với mì nóng và phô mai.

95. Hến cháy tỏi

Năng suất: 1 phần ăn

Nguyên liệu

- 1 kg Vẹm tươi sống
- 2 củ hẹ hoặc 1 củ hành tây nhỏ
- 200 ml Rượu trắng khô
- 1 lá nguyệt quế
- 1 nhánh mùi tây
- 125 gram Bơ
- 1 muỗng canh Rau mùi tây xắt nhỏ; lên đến 2
- 2 tép tỏi; nghiền
- Hạt tiêu vừa mới nghiền
- 2 muỗng canh Bánh mì trắng tươi để hoàn thành
- 250 gam muối biển để trình bày

Hướng:

a) Băm nhỏ hành tây và cho vào chảo cỡ vừa với rượu, lá nguyệt quế, cỏ xạ hương và rau mùi tây, sau đó đun sôi. Thêm trai, kiểm tra xem chúng đã đóng chưa và loại bỏ bất kỳ con nào đang mở.

b) Đậy nắp chảo và đun nhỏ lửa trong 5 hoặc 6 phút hoặc cho đến khi hến mở miệng.

c) Đánh bơ và trộn kỹ trong rau mùi tây và tỏi với một ít hạt tiêu đen. Cho 1/2 muỗng cà phê lên mỗi con hến, thêm một ít vụn bánh mì và đặt dưới vỉ nướng nóng trong 2-3 phút.

Phục vụ hến nóng trên giường muối biển.

96. Cá Caribbean với rượu vang

Năng suất: 1 phần ăn

Nguyên liệu

- 1 chén cơm hoặc couscous -- nấu chín
- 4 tờ giấy da, giấy bạc
- 2 quả bí xanh nhỏ
- 1 poblano Chi-lê
- Pasillo - trong dải mỏng
- 1 pound Cá trắng không xương
- 4 phương tiện Cà chua
- 10 quả ô liu đen
- 1 muỗng cà phê Mỗi húng quế tươi xắt nhỏ
- Húng tây -- ngải giấm
- Mùi tây và hành lá
- 1 quả trứng

Hướng:

a) Đặt lên khay nướng và nấu trong 12 phút hoặc cho đến khi cá chín! Đặt ½ chén cơm đã nấu chín vào giữa.

b) ớt mỏng.

c) Rắc một phần tư số ô liu đã cắt nhỏ lên mỗi khẩu phần và cho ¼ mỗi loại thảo mộc tươi lên trên.

d) Trộn tất cả nước sốt Thành phần và purée. Đổ vào một cái chảo nhỏ và đun sôi trên lửa vừa. Sự căng thẳng

97. Cá tu hài sốt tỏi

Năng suất: 4 phần ăn

Nguyên liệu

- 700 gam phi lê đuôi cá monkfish
- 85 gam Bơ
- 2 tép tỏi -- đập giập
- Trứng bị đánh đập)
- Nước ép của một quả chanh
- 1 thìa cà phê rau thơm thái nhỏ
- Bột dày dạn

Hướng:

a) Làm mềm bơ và thêm các loại thảo mộc và tỏi. Sự ớn lạnh. -- Rạch một đường trên mỗi miếng phi lê Monkfish và gói với bơ thảo mộc ướp lạnh. Gấp lại để bọc bơ. Lăn từng miếng qua bột mì, nhúng qua trứng đánh tan rồi lăn qua bột chiên xù. Nhấn mạnh các mảnh vụn vào cá.

b) Cho cá vào đĩa đã phết bơ. Rưới một ít bơ hoặc dầu nóng chảy và nước cốt chanh lên trên. Nấu trong 30-35 phút ở 375F/190C.

c) Phục vụ cùng một lúc.

98.   cốt lết heo thảo mộc

Năng suất: 4 phần ăn

Nguyên liệu

- 1 quả trứng
- ⅓ chén vụn bánh mì khô
- ¼ chén húng quế tươi, xắt nhỏ
- 2 muỗng canh oregano tươi, xắt nhỏ
- 1 muỗng canh Parmesan, mới xay
- 1 muỗng cà phê húng tây tươi, xắt nhỏ
- ½ thìa cà phê tiêu
- ¼ muỗng cà phê muối
- 1 pound cốt lết heo chiên nhanh
- 2 muỗng canh dầu thực vật

Hướng:

a) Trong đĩa cạn, đánh nhẹ trứng. Trong một đĩa cạn riêng biệt, khuấy vụn bánh mì, húng quế, oregano, Parmesan, cỏ xạ hương, hạt tiêu và muối. Nhúng thịt lợn vào trứng để phủ tốt? ấn vào hỗn hợp vụn bánh mì, chuyển sang phủ khắp.

b) Trong một cái chảo lớn, đun nóng một nửa dầu. Trên lửa vừa? nấu thịt lợn theo từng mẻ và thêm lượng dầu còn lại nếu cần, quay một lần trong 8-10 phút hoặc cho đến khi chỉ còn lại một chút màu hồng bên trong. Ăn kèm với khoai tây đỏ mới và đậu vàng.

99. Xúc xích thảo mộc tu viện

Năng suất: 1 phần ăn

Nguyên liệu

- 400 gram Thịt lợn nạc
- 400 gram thịt bò nạc
- 200 gram' Thịt lưng heo còn nhiều mỡ hoặc mỡ
- Thịt ba chỉ không da
- 20 gam muối
- 2 muỗng cà phê Tiêu trắng xay mịn
- 1 muỗng cà phê húng tây
- 1 thìa cà phê kinh giới
- 5 miếng ớt
- 1 cái xay mịn
- Quế

Hướng:

a) Băm nhỏ thịt lợn, thịt bò và mỡ qua đĩa 8 mm. Trộn các loại thảo mộc và gia vị rồi rắc lên khối thịt và trộn đều tay trong 5-10 phút.

b) Lắp phễu vào máy trộn và đổ đầy vỏ thịt lợn. Xoắn vào chiều dài của sự lựa chọn.

100. Phi lê cừu với các loại thảo mộc

Năng suất : 4 phần ăn

Nguyên liệu

- 450 gam Phi lê cổ cừu
- 1 muỗng cà phê Húng tây phơi khô
- 1 muỗng cà phê Hương Thảo khô
- 2 tép tỏi, thái lát mỏng
- 2 muỗng canh dầu ô liu
- Muối và hạt tiêu đen mới xay

Hướng:

a) Cắt đôi từng miếng thịt cừu theo đường chéo, sau đó cắt theo chiều dọc, không cắt hết và mở ra như một cuốn sách. Để nấu an toàn trên vỉ nướng, mỗi miếng không được dày hơn 2cm/ $\frac{3}{4}$ inch. Nếu đặc hơn, dùng cây lăn đánh nhẹ giữa 2 miếng màng bám

b) Kết hợp tất cả các thành phần còn lại trong một cái bát và thêm thịt cừu. Trộn đều, sau đó đậy nắp và để trong tủ lạnh tối đa 48 giờ, thỉnh thoảng trở mặt.

c) Đặt thịt lên vỉ nướng và nướng trong 4-5 phút mỗi bên.

d) Hãy chắc chắn rằng nó được nấu chín kỹ. Chải nhẹ với nước xốt trong khi nấu.

PHẦN KẾT LUẬN

Các đầu bếp cũng như những người nấu ăn tại nhà đều sử dụng các loại thảo mộc tươi và khô để chế biến các món ăn ngọt và mặn, từ nước sốt đậm đà đến món salad nhẹ và đồ nướng tẩm thảo mộc. Ngoài việc sử dụng trong ẩm thực, dược liệu và các loại tinh dầu quý giá của chúng đã được tin tưởng vì những lợi ích sức khỏe của chúng từ thời Trung cổ, từ lợi ích chống viêm và kháng vi-rút đến khả năng làm sạch da tại chỗ.

Trở thành một đầu bếp thảo dược giỏi hơn tại nhà với những món ăn nổi bật trong cuốn sách này.

www.ingramcontent.com/pod-product-compliance
Lightning Source LLC
Chambersburg PA
CBHW070658120526
44590CB00013BA/1011